AF663870

भारताचे ५१ युग-प्रवर्तक शास्त्रज्ञ

भारत धर्म आणि अध्यात्माप्रमाणेच गणित आणि विज्ञानात देखील प्रथमस्थानी राहिलेला आहे आणि आज पुन्हा संपूर्ण जगाच्या पटलावर आपली स्वतःची एक वेगळीच ओळख निर्माण करू लागला आहे. आईटी अर्थात माहिती आणि तंत्रज्ञान या क्षेत्रात तर त्याला काही तोडच नाही आणि आज या क्षेत्रात भारत जणू जगातील एक महाशक्तीच बनला आहे.

प्राचीन काळात भारताचे चरक, सुश्रुत, जीवक सारखे चिकित्सक आणि नागार्जून साखे अदभूत जादूगार जगप्रसिद्ध होते आणि आर्यभट्ट, वराहमिहिर, ब्रह्मगुप्त आणि भास्कराचार्य सारख्या शास्त्रज्ञाने विज्ञानासोबत गणितला घेऊन जो आश्चर्यकारक शोध लावला, तो चकित करणारा आहे. या दृष्टीने भारताच्या या महान योगदानाला आज सगळे मान्यच करतात. याप्रमाणे शून्याचा शोध भारताचा असा शोध आहे, ज्याने विज्ञान आणि गणिताच्या अनेक शोधांचे दरवाजे उघडले.

या पुस्तकात प्रसिद्ध साहित्यकार आणि विज्ञान-चिंतक प्रकाश मनुने भारताच्या अशाच युग-प्रवर्तक शास्त्रज्ञांच्या जीवन आणि त्यांच्या महान योगदानाच्या संदर्भात माहिती दिली आहे. जे वाचून बालक आणि किशोर वाचकांना आपल्या देशाच्या महान वैज्ञानिक परंपरेच्या संदर्भात माहिती मिळेल. सोबत हे वाचल्यावर काही नवे करण्याची इच्छा आणि एक नवीन उत्साह निर्माण होईल.

प्रकाश मनु

जन्म : २ मे, १९५० शिकोहबाद, उत्तरप्रदेश.

शिक्षण : आपल्या वेगळ्या फक्कड अंदाजामध्ये जीवन जगणारे प्रकाश मनु सुरूवातीपासूनच विज्ञानाचे प्रतिभाशाली विद्यार्थी राहिलेले आहेत. आग्रा कॉलेज, या ठिकाणी भौतिकशास्त्रात एम.एस. सी. केल्यानंतर, साहित्यात आवड असल्या कारणाने त्यांच्या जीवनाचा मार्गच बदलून गेला. पंचवीस वर्षांपर्यंत लोकप्रिय बाल पत्रिका 'नंदन' चालवत होते. आता पूर्णवेळ स्वतंत्र लेखन. आता बालसाहित्यासंदर्भात काही मोठ्या प्रकल्पावर काम करीत आहेत.

कादंबऱ्या : यह जो दिल्ली है, कथा सर्कस, पापा जाने के बाद.

कथा : २१ श्रेष्ठ कहानियाँ, मिसेस मजुमदार, जिंदगीनामा एक जिनियस का, अरुंधती उदास है, तुम कहा हो नवीन भाई, सुकरात मेरे शहरमें, अंकल को विश नही करोगे.

कविता : एक और प्रार्थना, छुटता हुआ घर, कविता और कविता के बीच.

बाल साहित्य : बच्चों की ५१ हास्य कथाएँ, ज्ञान-विज्ञान की आश्चर्यजनक कहानियाँ, मातंगा जंगल की ५१ अचरजभरी कहानियाँ, परियों की ५१ मनभावन कहानियाँ, तेनालीराम की चतूराई के अनोखे किस्से, चिन-चिन-चूँ, नंदू भैया की पतंगे (कहानियाँ) गोलू भागा घर से, एक था ठुनठुनिया, चीनू का चिडियाघर, नन्ही गोगो के कारनामे, खुक्कन दादा का बचपन (उपन्यास), हाथी का जूता, इक्यावन बाल कविताएँ (कविताएँ) हिंदीत बालकवितांचा व्यावस्थित इतिहास हिंदी बाल कविता का इतिहास' लिहून ऐतिहासिक महत्त्वाचे काम केले. याशिवाय, संस्मरण, मुलाखत आणि समीक्षणात थोडे वेगळे काम. अनेक महत्त्वांच्या पुस्तकांचे संपादन देखील.

पुरस्कार : साहित्य अकादमीचा पाहिला बाल साहित्य पुरस्कार तसेच हिंदी अकादमीच्या 'साहित्यकार सम्मान' ने सन्मानीत. कविता-सग्रंह 'छूटता हुआ घर'ला पहिला गिरिजाकुमार माथुर स्मृति पुरस्कार.

पत्ता: ५४५, सेक्टर-२९, फरीदाबाद-१२१००८ (हरियाना)
मो. : ०९८१०६०२३२७

भारताचे ५१
युग-प्रर्वतक शास्त्रज्ञ

प्राचीन काळापासून आजपर्यंतच्या भारतीय महान युग-प्रवर्तक शास्त्रज्ञांच्या जीवन गाथा

प्रकाश मनु
साहित्य अकादमीच्या पाहिल्या
बाल साहित्य पुरस्काराने सन्मानीत लेखक

डायमंड बुक्स
www.diamondbook.in

प्रकाशक : डायमंड पॉकेट बुक्स (प्रा.) लि.
X-30, ओखला इंडस्ट्रियल एरिया, फेज- II
नवी दिल्ली- 110020
फोन : 011-40712200
ई-मेल : wecare@diamondbooks.in
वेबसाइट : www.diamondbooks.in
प्रकाशन : 2025

Bharataache 51 Yug-Pravartak Shastragya (Marathi)
by : Prakash Manu

भारताचे विलक्षण उर्जावान शास्त्रज्ञ
डॉ. शांतिस्वरूप भटनागर यांच्या स्मरणार्थ,
ज्यांनी विज्ञानाच्या जोरावर
औद्योगिक क्रांतीचे स्वप्नं पाहिले.

भूमिका

भारताचे महान युग-प्रवर्तक शास्त्रज्ञ

भारत धर्म आणि अध्यात्माप्रमाणेच गणित आणि विज्ञानात देखील प्रथमस्थानी राहिलेला आहे आणि आज पुन्हा संपूर्ण जगाच्या मनावर आपली स्वतःची एक वेगळीच ओळख निर्माण करू लागला आहे. आईटी अर्थात माहिती आणि तंत्रज्ञान या क्षेत्रात तर त्याला काही तोडच नाही आणि आज या क्षेत्रात भारत जणू जगातील एक महाशक्तीच बनला आहे. संपूर्ण जग आज असे समजू लागले आहे की भारतीय माणसाकडे ज्ञान आणि प्रतिभा यांची काही कमतरता नाही आहे. त्यांना जर योग्यवेळी साधनं उपलब्ध झाली तर ते खेरोखरच मोठी काम करू शकतात. आपल्या देशातील शास्त्रज्ञांना कसलीच साधनं नसताना काम आणि संशोधन करावे लागत होते. परिणामी ते परदेशात गेले आणि तिथे त्यांच्या असामान्य शोधाने सर्व जगाचे लक्ष वेधून घेतले. हरगोविंद खुराना असेच एक भारतीय शास्त्रज्ञ आहेत, ज्यांनी जेनेटिक्स अर्थात जीन रचना याचा शोध लावला आणि जगभरात संशोधनाचे नवे दरवाजे उघडल्या गेले. यापुर्वीही भारताचे महान शास्त्रज्ञ डॉ. सत्येंद्रनाथ बोस यांना आईनस्टाईन सोबत काम करण्याचे सौभाग्य लाभले आणि खुद्द आईन स्टाईन त्यांच्या प्रतिभेची कदर करीत असत.

भारताचे पाहिले नोबल पुरस्कार विजेते रामन यांनी त्यांचा प्रभाव सिद्ध करण्यासाठी प्रकाश किरणांचा प्रभावाची व्याख्या ज्या उपकरणाच्या आधारे केली, ते काही फार किंमती उपकरण नव्हते, फारच साधारण उपकरणाच्या आधारे करण्यात आलेले गहन विश्लेषणाने त्यांनी एक असामान्य सिद्धांत समोर ठेवला, ज्याला जगभरातील शास्त्रज्ञांने मोठ्या आदराने स्वीकार केला. तसे तर महान भरतीय शास्त्रज्ञ रामनने सिद्ध केले की मोठ्या गोष्टी साधनं नाहीत तर मोठा दृष्टीकोण आहे आणि जर ते आहे तर सामान्य उपकरणाने देखील मोठे काम केल्या जाऊ शकते.

रामन एक वैज्ञानीक परिषदेत सहभागी होण्यासाठी परदेशात गेले, तेथून जलमार्गाने बोटीतून परत येत असताना त्यांच्या मनात एक विचार आला की पाण्याचा रंग निळा कसा काय ? या संदर्भात इतर शास्त्रज्ञांचे मत त्यांना आठवले, ज्यात एक मतप्रवाह असा होता की सागराचे पाणि निळे दिसण्याचे खरे कारण आकाशाची प्रतिमा त्यात दिसणे हे आहे. यामुळे सागराचे पाणि निळे दिसते. पण त्यांना हा मतप्रवाह तितकासा बरोबर वाटत नव्हता. तर मग पाण्याचा निळा रंग कसा दिसतो आणि हे निळेपण कोठून येते ? हा गोंधळ त्यांना शेवटी नोबेल सारखा पुरस्कार देऊन गेला.

जगदीश चंद्रबसु यांच्या मतांची देखील सुरूवातील टिंगलच करण्यात आली की वनस्पती आणि झाडे-झुडूपे यांना कुठे संवेदना असतात. परंतु त्यांनी वैज्ञानीक उपकरणाद्वारे ते सिद्ध करून दाखवले आणि आज सर्वच शास्त्रज्ञ हे मानतात. असामान्य प्रतिभा असणारे बसु यांनी रेडिओचा देखील शोध लावला होता, परंतु ते त्यांच पेटंट नाही करू शकले. हे पण एक स्वीकृत सत्य आहे. रसायनशास्त्रात प्रफुल्लचंद्र रॉय, तत्त्वविज्ञानात बीरबल साहनी आणि गणितात श्रीनिवास रामानुजन यांचे काम आणि ख्याती देखील निरंतर अंतरराष्ट्रीय पातळीवर राहिली.

अगदी याप्रमाणेच डॉ. भाभाने देखील परमाणू उर्जेच्या संदर्भात कित्येक दशकाआधी गंभीरपणे विचार आणि मोठ्या योजनेवर काम करणे सुरू केले होते. तसे पाहिले तर भारताला महाशक्ती बनवण्यात त्यांचे मोठे योगदान आहे. डॉ. भाभानेही सर्वात आधी भारताचा हा संदेश संपूर्ण जगात पसरविला की परमाणू उर्जेचा उपयोग शांतता आणि विकास कार्यासाठी केला जावा, तरच आपल्या जगाचा चेहर बदलू शकतो आणि घरा घरात सुख समृद्धी येवू शकते. यामुळेच नेहरूजी डॉ. भाभा यांचे कौतूक करीत असत. त्यांनी डॉ. भाभांना सांगून ठेवले होते की त्यांना कशाची आवश्यता वाटल्यास अधिकाऱ्यांची हांजी हांजी करण्यापेक्षा सरळ त्यांनी नेहरूनाच सांगावे. डॉ. भाभा त्यांच्या कामात इतके व्यस्त होते की जगभर त्यांच्या नावाचा वेगळा दबदबा होता. नेहरूजींने त्यांना मंत्रीपद देऊ केले असताना त्यांनी ते वैज्ञानीक म्हणूनच देशासाठी जे करता येईल ते करतील, असे सांगून ते नम्रपण नाकारले होते. ते इतके मोठे होते की त्यांच्यासाठी मंत्रीपद काही मोठी गोष्ट नव्हती.

डॉ. भाभांच्या अकाली आणि दुर्देवी निधनानंतर भारताच्या ज्या शास्त्रज्ञानांनी या महान देशाला जगाच्या वैज्ञानीक पडद्यावर चमकण्याची आणि आपले स्थान निर्माण करण्यात मदत केली, त्यात विक्रम साराभाई यांचे नाव फार महत्त्वाचे आहे. त्यांनी अंतराळ-संशोधनासाठी इस्त्रो सारखी संस्था उभी केली, ज्याला भारताच्या

अंतराळ संशोधनात नासासारखे महत्त्व प्राप्त झाले आहे. यामुळेच भारताला आपले यान चंद्रावर पाठवता आले आणि नंतर या दिशेने त्याचे मोठे कार्य चालू आहे. आशा आहे की काही वर्षातच भारताची गणना या क्षेत्रात प्रमुख वैज्ञानीक प्रतिभा-संपन्न देशात होऊ लागेल.

अशा रितीने डॉ. शांतीस्वरूप भटनागरने भारतात विज्ञानाच्या आधारे औद्योगिक प्रगतीचे जे स्वप्नं पाहिले होते, त्यामुळे खरोखरच एक क्राती झाली. सामाजिक विकास आणि मुनष्याच्या सुख समृद्धीच्या अंगाने विज्ञानाच्या उपयोगावर नव्या पद्धतीने गंभीरपणे विचार झाला आणि आपला देश अनेक बाबतीत स्वावलंबी आणि शक्तीशाली देश बनला. निःसंशय विज्ञानाची ही भूमिका अद्याप संपलेली नाही आणि या दिशेने एक मोठे आव्हान आणि आशा आहे. आपल्या देशातील शास्त्रज्ञ या क्षेत्रातही आपले ध्येय गाठतील. या अर्थाने आपल्या अनेक संस्थने त्यांच्या सातत्यपूर्ण शोधाने आणि सक्रियतेने अंतरराष्ट्रीय प्रसिद्धी मिळवून आहेत. अगदी याप्रमाणे पक्षी विज्ञानात सलीम अली, भूगर्भविज्ञानात डॉ. दाराश नौशेरवा वाडिया आणि खगोलशास्त्रात वेणू बप्पू यांच्या कामाचा परिचय देण्याची गरज नाही. भारताचे माजी राष्ट्रपती डॉ. ए. पी. जे अब्दूल कलामने देखील आपल्या नव्या दृष्टीकोणामुळे भारताला जगाच्या पटलावर पुन्हा एकदा नव्याने स्थापित केले.

भारताच्या प्राचीन वैज्ञानीक विकासाची चर्चा करायची झाली, तर आपल्या महान ऋषी-शास्त्रज्ञांच्या कामगिरीने आपण अधिकच चकित होतो. सर्वांत आश्चर्याची बाब तर ही आहे की भारताचे प्राचीन ऋषी आणि शास्त्रज्ञाला कसलेही साधन नसताना आपले शरीर, ब्रह्मांड, ग्रह, तारे आणि अंतराळाच्या बाबतीत इतकी आणि योग्य माहिती होती की आजचे वैज्ञानीक देखील त्यापासून बरंच काही शिकू शकतात. त्यांनी शेकडो वर्षापुर्वीच किती श्रम आणि अभ्यास करून ही माहिती गोळा केली आणि त्याचे सूक्ष्म विश्लेषण आणि तपासणी करून पुढील पिढीकडे पोहचविले. यावरून हेच सिद्ध होते की आपल्या त्या काळच्या आपल्या ऋषी आणि शास्त्रज्ञांना ज्ञानाची किती तीव्र भूक होती आणि जणू ते रात्रंदिवस एखाद्या तपस्याप्रमाणे सृष्टीच्या रहस्याला समजून घेण्यात गुंतलेले असायचे. या अर्थाने पिढी दर पिढी त्यांच्या शोधाने खरोखरच मानवी अस्तित्त्व आणि सृष्टीचे असे रहसय उलगडले, ज्यातून मानवी संस्कृतीचा वेगाने विकास झाला. उदाहरण द्यायचे झाले तर आधी असे समजले जायचे की राहु केतू कोपल्याने सूर्य आणि चंद्र-ग्रहण लागते. पण नंतर आर्यभट्ट सारखे आपले प्राचीन शास्त्रज्ञांने ही अंधश्रद्धा दूर केली आणि आणि नवे नवे वैज्ञानिक उपकरणे बनले ज्यामुळे आपले जीवन सुखी आणि समृद्ध बनले.

भारतातील प्राचीन शास्त्रज्ञांमध्ये, मेधातिथी हे कदाचित सर्वात जुने ऋषी आहेत, ज्यांना मोठ्या संख्येने संख्या मोजण्याचे आर्श्चकारक ज्ञान होते. ते विटा आणि गायी मोजतात आणि परार्धापर्यंत पोहोचतात, ज्याचा अर्थ आहे-१०१२. त्यावेळी संपूर्ण जगात एक लाख म्हणजेच १०५ पेक्षा अधिक संख्या मोजू शकत नव्हते, परंतु वेदांचे भारतीय निर्माते आपल्या सखोल विचाराने या क्षेत्रात दूरवर पोहोचले होते आणि त्यांचे कतृत्त्व आजही आपल्याला थक्क करतात. त्याचप्रमाणे, पतंजलेली योगाची अनोखी संकल्पना पूर्णपणे वैज्ञानिक आणि शरीरविज्ञानाच्या अत्यंत सखोल जाणिवेतून निर्माण झालेली आहे. यामुळेच हजारो वर्षे उलटूनही त्याचे महत्त्व कमी झालेले नाही. आजच्या आधुनिक संस्कृतितही माणसाची धावपळ खूप वाढलेली असतांना पतंजलीच्या योगाचे महत्त्व कुठेतरी कळते. जर आपण आपली उर्जा एकाग्र केली तर जगातील सर्वात मोठी कामे आपण सहज करू शकतो. या संदर्भात, योग केवळ अध्यात्मिक प्रगतीसाठी उपयुक्त नाही, तर आपली सर्व कार्य सुरळीत पार पाडण्यासाठी आणि आपले जीवन व्यवस्थित करण्यातही खूप उपयुक्त आहे. यामुळेच आज भारतातच नव्हे तर पाश्चात्य जगातही भारतीय योग ऐकायला मिळत आहे. २१ व्या शतकातही, संपूर्ण जग प्राणायम आणि योगासने शिकण्यासाठी खूप उत्सूक आहे, जेणेकरून आपण आपल्या दैनंदिन जीवनातील ताण तणावापासून मुक्त होऊन आनंदित जीवन जगू शकतो.

सतत चिंतन आणि आत्मनिरक्षण करून सृष्टी आणि विश्वाच्या निर्मितीबाबत प्राचीन भारतातील ऋषी मुनींनी आणि शास्त्रज्ञांनी शोधून काढलेले तत्त्वांनाही खूप महत्त्व आहे. भारतातील प्राचीन ऋषीमध्ये, कणाद हे एक अद्भूत विचारवंत होते ज्यांनी कणांच्या तत्त्वासह विश्वाचे अद्ववितीय स्पष्टीकरण दिले होते. खरे सांगायचे झाले तर कणाद त्या परमाणूंचे आदी आचार्य आहेत. ज्याबद्दल आजही २१व्या शतकात बोलले जात आहे आणि या दिशेने आजही नवनवीन शोध सुरू आहेत.

त्याचप्रमाणे वैद्यकिय शास्त्रात भारताने प्राचीन काळापासून खूप प्रगती केली होती. अशा प्रकारच्या शास्त्रक्रिया त्याकाळी करण्यात आल्या होत्या, ज्याचा विचार करून आश्चर्य वाटते. यामध्ये मेंदूची शस्त्रक्रिया, प्लास्टिक सर्जरी यासारखे ऑपरेशन आहे. याशिवाय त्याकाळातील शास्त्रज्ञांना मानवी शरीराच्या संरचनेबाबत विलक्षण ज्ञान होते. माणसाची पचन आणि श्वासन संस्था, रक्ताभिसरण आणि शरीरातील एकूण हाडांची संख्याही त्यावेळी बऱ्याचपैकी माहित होती. त्यासाठी त्यांना त्यांच्या अगदी सामान्य दिसणाऱ्या साधनांनी शरीराचे विच्छेदन करावे लागले. पण ते यशस्वी झाले कारण त्यांची दृष्टी पूर्णपणे वैज्ञानिक होती आणि प्रत्येकक्षणी काहीतरी नवीन

शोधण्याच्या त्याच्या तेजस्वी उत्कटतेला अंत नव्हता. या संदर्भात, जीवक, चरक आणि सुश्रुत हे भारतीय वैद्यक शास्त्राचे असे तेजस्वी हिरे आहेत, ज्यांची प्रतिभा जगात कोठेही पाहायला मिळणार नाही. परंतु या तिन्ही महान वैद्यक शास्त्रज्ञांचा आदर्श मानवी सेवा होता, ज्यावरून भारतीय जीवन दृष्टी इतरांपेक्षा किती वेगळी आहे हे दिसून येते आणि येथे विज्ञान देखील केवळ भौतिक प्रगतीसाठी नाही. उलट ते नैतिक मुल्यांनी प्रेरित असूनही माणसाच्या आध्यात्मिक प्रगतीलाही मदत करते. पुढे नागार्जुन, वाग्भट्ट, माधवकर, द्रधबल, वृंदा आणि भावमिश्र यासारख्या अद्भूत किमया शास्त्रज्ञ आणि महान वैद्य शास्त्रज्ञांनीही परंपरा खूप पुढे नेली. भारतीय ज्ञान विज्ञानाचा हा खजिना जगातील अनेक देशांमध्ये पोहोचवला. तेथील शास्त्रज्ञांनी भारताचे हे ऋण कृतज्ञतेने स्वीकारले आहे.

शतकापूर्वी भारताने विज्ञानात किती प्रगती केली होती, हे यावरून कळू शकते की आर्य भटाने त्यांच्या काळात सूर्य, चंद्र, पृथ्वी, अवकाश इत्यादीबाबात दिलेले आधिष्ठान आजही आपल्याला थक्क करतात. ते त्यांच्या काळाच्यापुढे इतका विचार करत होते की त्याच्या समकालिनांणीच नव्हे तर त्याच्यानंतर आलेल्या अनेक शास्त्रज्ञांनीद्यांना त्यांना विरोध केला. सूर्य पृथ्वीभोवती फिरत नाही, तर पृथ्वी सूर्याभोवती फिरते, हे आर्य भटाचे मत कोणालाच योग्य वाटत नव्हते. पृथ्वी स्थिर नाही आणि ती सुर्याभोवती सतत फिरते हे मानायला वराहमिहिरासारखे महान शास्त्रज्ञही तयार नव्हते. त्यांनी या संकल्पनेची खिल्ली उडवली होती. पण आर्यभट्ट बरोबर होते आणि त्यांच्याकाळानुसार त्यांचे विचार किती क्रांतीकारी होते, हे आज जगभर मान्य करतात. तसेच वराहमिहिर, ब्रह्मगुप्त आणि भास्कराचार्यासारखा शास्त्रज्ञांनी विज्ञानाबरोबरच गणिताबाबत केलेले आश्चर्यकारक शोध आश्चर्यकारक आहेत. अंकगणिताबरोबरच त्यांचे भूमिती आणि बजिगणिताचे ज्ञान आणि विलक्षण पांडित्य आश्चर्यकारक आहे. बिजगणिताप्रमाणे भारत हा त्रिकोणमिती किंवा त्रिकोणमितीला जन्म देणारा देश आहे, ज्याचे 'ज्या' सारखे शब्दही पुढे 'साइन' मध्ये बदलले. या दिशेने भारताचे मोठे योगदान जगातील महान गणिततज्ञ मान्य करतात. त्याप्रमाणे शून्याचा शोध हा भारताचा असा शोध आहे, ज्याने विज्ञान आणि गणितातील आधुनिक शोधांचे दारे उघडली. जर शून्याचा शोध लागला नसता तर आज आपण संगणक देखील वापरू शकलो नसतो हे निश्चित. कारण संगणकाच्या तांत्रिक भाषेत शून्य हा मोठा घटक आहे ज्याद्वारे तो मेमरीमध्ये गोष्टी नोंदवतो आणि त्यांना ओळखतो.

इतकेच नव्हे तर जीवनाच्या प्रत्येक क्षेत्रात प्राविण्य मिळवण्यात भारतातील शास्त्रज्ञ खूप प्रगत होते. प्राचीन काळी घोड्यांचा वापर मोठ्या प्रमाणात केला जात होता

आणि राजांच्या तबेल्यात हजारो घोडे होते. शालीहोत्र यांनी त्यांच्या पुस्तकात घोड्यांची प्रकृती, उत्तम दर्जाच्या घोड्यांची चाचणी आणि त्यांचे आजार याबाबत अप्रतिम माहिती दिली आहे. त्याचप्रमाणे भोज नरहरी यांनी भारतातील अतिशय अवाढव्य जलवाहिन्या, त्यांचे विविध प्रकार, त्याचा पोत आणि त्यात वापरण्यात येणारे लाकूड व इतर गोष्टीबद्दल इतकी अचूक शास्त्रीय माहिती दिली आहे की ती वाचून आपोआपच आश्चर्याने तोंडात बोट जाते की या क्षेत्रातही भारताने प्राचीन काळी किती मोठी कामगीरी आणि कौशल्य प्राप्त केले होते आणि भारत जगातील इतर देशांपेक्षा खूप पुढे होता. जगातील सुप्रसिद्ध मार्को पोलो यांनीही भारताच्या पाण्यातील प्रचंड जहाजी आणि त्याच्याद्वारे होणाऱ्या व्यापाराचा उल्लेख केला आहे.

या पुस्तकात भारतातील अशा ५१ युगप्रर्वतक वैज्ञानिकांचे जीवन आणि महान योगदान सांगितले आहे, जे वाचून बाल किशोरवयीन वाचकांना आपल्या देशाच्या महान वैज्ञानिक परंपरेची माहिती होईल. त्याचबरोबर या क्षेत्रात पुढे येऊन काहीतरी नवीन करण्याचे स्वप्न आणि नवीन उत्साह त्यांच्यात निर्माण होईल. वाचकांच्या पत्रव्यहारांची प्रतिक्षा असेल.

-प्रकाश मनु

अनुक्रम

१.

मेधातिथि

प्राचीन विज्ञानाचे गौरव शिखर

(१५०० इ.स.पूर्व)

भारताच्या सर्वात जुन्या शास्त्रज्ञांमध्ये मेधातिथी यांचे नाव मोठ्या आदराने घेतले जाते. मेधातिथि हे एक प्राचीन ऋषी होते, ज्यांचे स्वीकृत स्तोत्र ऋग्वेद, यजुर्वेद आणि अथर्ववेदात आढळतात. अशा प्रकारे, या वैदिक स्तोत्रांमध्ये, देव आणि देवतांची स्तुती केली गेली आहे. पण मुख्य म्हणजे मेधातिथीच्या अनेक ऋचा अशा आहेत, ज्यावरून लक्षात येते की त्यांना अंकगणिताचे भरपूर ज्ञान होते.

प्राचीन भारतातील अंकगणिताच्या ह्या अद्भूत ऋचा आहेत, ज्यावरून हे दिसून येत की त्या काळातही भारत ज्ञान-विज्ञानात किती पुढे होता. आज १ ते १० खरब इथपर्यंतची भारतीय लेखन पद्धत आहे, वैदीक काळात मेधातिथी केवळ याचा सुंदरपणे वापरच करत नव्हते, तर तिच्या आधारे सुंदर काव्य रचना देखील करू शकत होते. या संदर्भात मेधातिथीला 'भारतीय गणिताचा किंवा अंकाचा पहिला शोधकर्ता' असे म्हणता येईल.

यजुर्वेदात मेधातिथी नावाने एक श्लोक दिलेला आहे, ज्यामध्ये विटांच्या साहाय्याने मोजणी केली आहे. अंकांशी खेळण्याचा किंवा मोजण्याचा आनंद या श्लोकात अनन्यसाधारण आहे. संख्यांच्या साहाय्याने पायरीवर चढणे, म्हणजेच दहाच्या गुणाकाराने किंवा गणनेमुळे किंवा पाढे यामुळे हा श्लोक निश्चितपणे अद्वितीय म्हणता

येईल. प्रार्थनेच्या या सुंदर श्लोकाचा अर्थ आहे-

'हे अग्नीदेव, या विटा माझ्या दुभत्या गाईप्रमाणे आहेत. एक आणि दहा, शत (१००), एक सहस्र (१०००), एक अयुत (१००००), एक नियुत (१०००००), एक प्रयुत (१००००००), एक अर्बुद (१००००००) १००००००००) एक नियारबुद (१००००००००), एक समुद्र (१००००००००००),एक मध्य (१०००००००००००) आणि अंत (१००००००००००००) प्रारर्ध (१००००००००००००००) झालं. या विटा हे जग आणि दुसऱ्यात देखील आपली दुभती गाय होतील."

यावरून असे दिसून आले आहे की मेधातिथीला शून्याची माहिती होती. एक शून्य वाढवल्याने संख्येचे मूल्य वाढते हे त्यांना चांगलेच ठाऊक होते. वाढत्या प्रमाणात, त्यांनी हा आकडा दहा खरब म्हणजेच प्रारर्धपर्यंत नेला होता. वैज्ञानिक परिभाषेत लिहिल्यास, एक प्रारर्ध म्हणजे दहाचा घात बारा, म्हणजे एक प्रारर्ध-१०१२. त्या वेळी इतक्या मोठ्या संख्येची ओळख जगातील लोकांना कुठेही नव्हती. ते हजार, दहा हजार किंवा एक लाख पर्यंत मोजू शकत होते, परंतु त्यापेक्षा जास्त नाही. म्हणजेच, जगातील गणितज्ञ जास्तीत जास्त १०५ पर्यंत परिचित होते, तर भारतातील वैदिक ऋषी आणि गणितज्ञ, मेधातिथी हे १०१२ पर्यंत चांगले मोजत होते.

होय, मेधातिथी आणि त्यांच्या काळाची मर्यादा निश्चितच आहे की एवढ्या मोठ्या संख्येने लिहिण्याची पद्धत त्यावेळी प्रचलित नव्हती. लहान संख्या रेषा किंवा इतर काही चिन्हांद्वारे लिहिल्या जात होत्या, परंतु मोठ्या संख्या अजूनही शब्दांमध्ये लिहिल्या जात होत्या. तरीही मेधातिथीने आपल्या श्लोकांमध्ये संख्यांचा इतका अचूक आणि नेमका वापर केला आहे की त्यांना भारतीय गणित आणि संख्यांचे शोधक म्हटले तर चुकीचे ठरणार नाही. मेधातिथी हा हजारो वर्षांपूर्वी भारताने अंकगणितात मिळवलेल्या विलक्षण परिपूर्णतेचा सर्वात प्राचीन गौरव आहे.

२.

पतंजली

योग विद्याचे महान आचार्य

(२००ई.स.)

पतंजली हे योगविद्येचे महान शोधक होते. या रूपाने त्यांची कीर्ती अजरामर आहे आणि ती वाढतच आहे. पतंजलीच्या आधीही वेद आणि उपनिषदांमध्ये योगाबद्दलची चर्चा किंवा सूत्रे आढळतात, पण योगाबद्दलच्या संपूर्ण भारतीय विचारांचे आणि ज्ञानाचे सार एकाच ठिकाणी, एकाच पुस्तकात मांडण्याचे अभूतपूर्व कार्य पतंजलीने केले. इतकंच नाही, तर उपनिषदांमध्ये आणि योगाबद्दलच्या इतर प्राचीन ग्रंथांमध्ये विखुरलेली सूत्रं इथे-तिथे आणून पतंजलीनं आपल्या योग-ग्रंथाला अशी पूर्णता दिली की, बावीस शतकं होऊनही त्याची प्रासंगिकता आजतागायत कमी झालेली नाही.

योगाच्या संदर्भात पतंजलीचा सर्वात महत्त्वाचा शोध म्हणजे माणसाच्या मनाची शांती थेट त्याच्या श्वासोच्छवासाशी संबंधित आहे. आपण अनेकदा पाहतो की जेव्हा एखादी व्यक्ती शांत असते तेव्हा त्याचा श्वासोच्छ्वास समान गतीने चालू असतो. पण रागाच्या किंवा उत्कटतेच्या क्षणी श्वासाचा वेगही बदलतो आणि त्यातही तीव्रता, असंतुलन आणि चिडचिड दिसू लागते. त्यामुळे पतंजलीच्या योग-तत्त्वज्ञानाची सर्वात महत्त्वाची स्थापना म्हणजे माणसाच्या श्वासावर नियंत्रण ठेवल्यास त्याची मानसिक स्थिती बदलू शकते आणि जर मनाची स्थिती चांगली झाली तर त्याचा माणसाच्या आरोग्यावरही चांगला परिणाम होतो. म्हणजेच योगाच्या माध्यमातून मनुष्य, कोणत्याही

बाह्य औषधी किंवा औषधाशिवाय, आरोग्यासाठी त्याचा फायदा घेऊ शकतो. एवढेच नव्हे तर योगाद्वारे श्वासोच्छ्वासाच्या गतीवर नियंत्रण ठेवून मनुष्य मनाच्या सर्वोच्च अवस्थेपर्यंत पोहोचतो. आणि शेवटी भगवंताची प्राप्ती करतो किंवा खरी आध्यात्मिक अनुभूती मिळवतो. पतंजलीच्या मते, मानवी मन किंवा मेंदूची ही स्थिती तलावाच्या उदाहरणाने स्पष्ट केली जाऊ शकते. वारा जसा तलावाच्या पाण्याशी खेळतो, त्याचप्रमाणे मनात अनेक अनावश्यक विचार येतात. मग त्या विचारांच्या प्रतिक्रियेमुळे एकामागून एक नवीन विचार जन्म घेत राहतात. हे अनावश्यक विचार थांबवून मनाच्या शक्ती ध्यानात एकाग्र झाल्या तर तलावाच्या तळाशी असलेल्या शांत पाण्यात पडलेल्या मोत्याप्रमाणे आपल्याला देव आणि खरे दिव्य ज्ञान मिळू शकते.

योगाबद्दलचे पतंजलीचे हे तत्वज्ञान आज आपल्याला अधिक आकर्षित करते, कारण आजच्या माणसाने सुख-सुविधांच्या शर्यतीत अडकून आपली मानसिक शांती गमावली आहे. ही शांती बाह्य साधनांनी किंवा औषधांनी मिळू शकत नाही. योगाद्वारे आपण हे स्वतःमध्ये साध्य करू शकतो. या संदर्भात पतंजली आजही आपले गुरू आणि मार्गदर्शक आहेत.

याशिवाय चरक त्यांच्या चरक संहिता या ग्रंथावर भाष्य रचणे हे पतंजलीचे प्रमुख कार्य होते. आजही पतंजलीचे हे कार्य अत्यंत आदरणीय आहे, जेणेकरून चरकच्या वैद्यकीय कल्पना अधिक स्पष्टपणे आपल्यापर्यंत येऊ शकतील.

३.

शालिहोत्र

प्राचीन काळातील जगप्रसिद्ध पशु-चिकित्सक

(८०० ई. पूर्व.)

शालिहोत्राचे नाव भारतातील प्राचीन वैद्यकीय शास्त्रज्ञांमध्ये देखील प्रसिद्ध आहे. शालिहोत्राचे वैशिष्ट्य म्हणजे ते त्यांच्या काळातील प्रसिद्ध पशुवैद्यकीय डॉक्टर होते. विशेषतः घोडे आणि त्यांच्या रोगांबद्दलचे त्यांचे ज्ञान इतके अद्वितीय आणि परिपूर्ण आहे की आजही शालिहोत्राच्या पुस्तकाचा जगभरात आदराने उल्लेख केला जातो.

हे आज विचित्र वाटेल. पण सत्य हे आहे की प्राचीन काळी, पशुवैद्यकशास्त्राचे आपले ज्ञान आजच्या तुलनेत खूप विकसीत होते. कदाचित घोडे असोत, हत्ती असोत किंवा इतर प्राणी असोत, ते केवळ मानवासाठी उपयुक्त नव्हते, तर मानवाचे त्यांच्याशी एक प्रकारचे भावनिक नाते होते. आज यंत्रयुगात ते नाते बदलले आहे. म्हणूनच पूर्वी माणूस प्राण्यांची किंवा त्यांच्या आजारांची चिंता करायचा किंवा मोठ्या आपुलकीने विचार करायचा, आज तसे नाही. त्यामुळे आज पशुवैद्यकशास्त्र मागे पडत चालले आहे. त्यांच्याबद्दल सर्वसामान्यांचे ज्ञान आज पूर्वीपेक्षा कमी आहे. या दृष्टिकोनातून शालिहोत्र आणि त्यांच्या ग्रंथाचे महत्त्व अधिकच वाढते.

आज आपल्याकडे शालिहोत्राच्या जीवनाबद्दल फारशी माहिती नाही. असे म्हणतात की तो ब्राह्मण ऋषी हयघोषाचा मुलगा होता आणि श्रावस्ती येथे राहत होता. ते सुश्रुत आणि अग्निवेश यांच्या समकालीन असल्याचे म्हटले जाते. या अर्थाने

शालिहोत्र इ.स.पूर्व आठव्या शतकात, म्हणजे सुमारे २८०० वर्षांपूर्वी होऊन गेले आहेत.

शालिहोत्राचे घोड्यांचे ज्ञान इतके अनोखे होते की त्याची कीर्ती दूरवर पसरली होती. त्यांनी त्यांच्या 'हय आयुर्वेद' या पुस्तकात घोड्यांचे आजार आणि ते निरोगी ठेवण्याच्या पद्धतींचे तपशीलवार वर्णन केले आहे. हा ग्रंथ इतका प्रसिद्ध झाला की काही वेळातच शालिहोत्राचे नाव भारताच्या एका कोपऱ्यातून दुसऱ्या कोपऱ्यात पसरले. त्यांचे नाव आणि कीर्ती परदेशातही पोहोचली. त्यांच्या 'हय आयुर्वेद' या ग्रंथाला 'तुरंगम शास्त्र' किंवा 'शालिहोत्र संहिता' असेही म्हणतात.
या विस्तीर्ण ग्रंथात १२०० श्लोक असून त्यामध्ये घोड्याची जात, प्रजात, वंश, वय इत्यादींचे वर्णन केले आहे आणि घोड्याला निरोगी बनवण्याच्या आणि अनियंत्रित घोड्यावर नियंत्रण ठेवण्याच्या पद्धतीही रंजक पद्धतीने सांगितल्या आहेत. शालिहोत्र हे एका अनुभवी मार्गदर्शकाप्रमाणे घोडा खरेदी करताना कोणती खबरदारी घ्यावी आणि कोणत्या गोष्टी लक्षात ठेवाव्यात याविषयी उपयुक्त गोष्टी सांगतात. या संदर्भात शालिहोत्र यांच्या 'हय आयुर्वेद' या पुस्तकाला भारतीय संस्कृती आणि वैद्यकीय जगतात वेगळे स्थान आहे. भारतात वैज्ञानिक दृष्टी किती विकसित होती, याचे हे उदाहरण आहे.

रचनेच्या सुमारे २८०० वर्षांनंतरही 'हय आयुर्वेद' हा घोड्यांच्या औषधावरील एक आदर्श किंवा अस्सल ग्रंथ मानला जातो ही काही कमी अभिमानाची गोष्ट नाही. त्याचा फारसी, अरबी आणि इंग्रजी भाषांमध्ये अनुवाद झाला आहे. काळाच्या ओघात शालिहोत्राची कीर्ती वाढतच चालली आहे. यावरून त्यांच्या अभ्यासाची खोली आणि पूर्णता दिसून येते.

४.

कणाद

भारतीय अणुवादाचे जनक

(६०० ई.स.)

कणाद यांची गणना जगातील सर्वांत प्राचीन शास्त्रज्ञात होते. त्यांनी 'कणवाद' किंवा 'अणुवाद' द्वारे जगाच्या उत्पत्तीचा किंवा निर्मितीचा जो नवीन आणि अद्वितीय सिद्धांत मांडला, त्यामुळे आजही चकित व्हायला होतं. आज जेव्हा पदार्थ लहान लहान अविभाज्य अणूंनी बनले आहे हा सिद्धांत जगभर प्रचलित आणि सर्वमान्य आहे, तेव्हा कणादचे महत्त्व अधिकच वाढते. अणुसिद्धांताचे 'आदि जनक' आणि आचार्य म्हणून जगभर त्यांचे स्मरण केले जाते.

अशाप्रकारे कणाद अशा विचारवंतांपैकी एक होते, ज्यांच्यासाठी अध्यात्म-तत्त्वज्ञान किंवा विज्ञान यांच्यात कोणतीही भिंत किंवा विभाजन रेषा नव्हती. कणाद हे मुळात तत्वज्ञानी होते. असे म्हणतात की ते उलूक मुनीचे चिरंजीव होते आणि त्यांचा जन्म इसवी सन पूर्व सहाव्या शतकात झाला होता. प्रसिद्ध आचार्य सोमशर्मा यांचे शिष्य कणाद यांनी संन्यासी जीवन जगले, परंतु त्यांनी कोणाकडे भीक मागितली नाही. त्याऐवजी तो वाटेत पडलेले धन्य कण उचलायचे आणि त्याच्यावरच आपली गुजरान करायचे. धान्याचे कण अशा प्रकारे गोळा केल्यामुळे त्याचे नाव कणाद असे पडले.

आजच्या शास्त्रज्ञांसारखे कोणतेही साधन कणादकडे नव्हते. ते केवळ त्याच्या बुद्धिमत्तेच्या जोरावर विश्वाची मूलभूत रचना शोधू शकले. अशा रीतीने त्यांनी असा सिद्धांत मांडला जो आजही पूर्ण वाटतो. यामुळे, कणाद यांना एकाच वेळी भारताचे महान तत्त्वज्ञ आणि वैज्ञानिक म्हटले जाते.

कणाद म्हणतात की जगातील प्रत्येक गोष्ट अणूपासून बनलेली आहे. अणू काय आहेत ? हे लक्षात घेता, ते म्हणतात की अणू हा पदार्थाचा सर्वात लहान कण आहे, जो अधिक विभागला जाऊ शकत नाही. पदार्थाच्या अणूमध्ये त्या पदार्थाचे सर्व गुणधर्म, वैशिष्ट्ये इत्यादी असतात. पण अणू ज्ञानेंद्रियांनी पाहता येत नाही किंवा जाणता येत नाही. हे अणू अनेकदा दोन जोड्या बनवतात. मग या जोड्या देखील भेटतात आणि अशा प्रकारे पदार्थ तयार होतात, जे आपण आपल्या डोळ्यांनी पाहू शकतो किंवा आपल्या हातांनी स्पर्श करू शकतो. कणादाने पदार्थाचे नऊ घटकांमध्ये विभाजन केले आहे. ते आहेत- क्षिती, जल, तेज, वायु, आकाश, काल, दिक, मन आणि आत्मा. यामध्ये माती, पाणी आणि हवेत घन, द्रव आणि वायूच्या स्वरूपात उपस्थित असलेले सर्व पदार्थ येतात. कणादांनी सर्व पदार्थांच्या विविध गुणांबद्दल सांगितले आहे. सर्व पदार्थ रंग, चव, गंध, स्पर्श इत्यादींनुसार भिन्न आहेत. परंतु वर्गातील पदार्थांमध्येही काही सामान्य गुण असतात. याला सामान्यता म्हणतात. अशा रीतीने प्रत्येक पदार्थात सामान्यतेबरोबरच स्वतःची वेगळी खासियतही असते.

कणाद यांनी असेही सांगितले की अनेकदा जेव्हा तीव्र उष्णता दिली जाते तेव्हा पदार्थाच्या अणूंमध्ये बदल होतो किंवा त्याचे स्वरूप-गुणधर्म बदलतो. ते पदार्थांच्या या रासायनिक बदलाचा संदर्भ 'पाक' या शब्दाने करतात, ज्याचा अर्थ स्वयंपाक आहे. याचे उदाहरण देताना कणाद सांगतात की, कच्च्या मातीचे भांडे विस्तवावर शिजवले की त्याचा रंगच नाही तर त्याचे गुणधर्मही बदलतात. कच्चा आंबा गरम कपड्यात गुंडाळून ठेवला की त्याचा रंग, चव इत्यादी बदलतात. हे मुळात अणूंच्या परस्परसंवादामुळे किंवा बदलामुळे होते.

कणादाप्रमाणेच यूनानी तत्त्वज्ञानातही या अणुरूप किंवा कण सिद्धांताबाबत कल्पना व्यक्त केल्या गेल्या. न्यूसिफस आणि डेमोक्रिटस यांनी जगाच्या निर्मितीचा त्यांचा अणु सिद्धांत मांडला, पण त्यात कणादाची परिपूर्णता नव्हती. या बाबतीत, जगातील शास्त्रज्ञ आणि तत्त्ववेत्ते कणाद यांनाच जगाच्या संरचनेच्या अणुसिद्धांताचे 'आदिम जनक' मानतात, ज्यांच्या अफाट बौद्धिक सामर्थ्याची आज आपल्याला खात्री पटली पाहिजे.

सत्य हे आहे की कणाद या अर्थाने मयारासारखे आहेत की त्यांचे वाचन केल्याने भारत प्राचीन काळात वैज्ञानिक तत्त्वे आणि आस्थापनांमध्ये किती उंची आणि परिपूर्णतेला पोहोचला होता हे दिसून येते.

५.

जीवक

प्राचीन भारतातील महान वैद्यक शास्त्रज्ञ

(५०० ई.स.)

भारताच्या महान शरीरशास्त्रज्ञांमध्ये जीवक यांची देखील गणना केली जाते. सत्य तर हे आहे की ते त्यांच्यापैकी बहुतेकांपेक्षा वेगळे दिसतात. त्याच्या विलक्षण कर्तृत्वामुळे आणि गुणांमुळे त्याची कीर्ती भारतभर इतकी पसरली की मोठ्या मोठ्या राजे आणि श्रीमंतांनाही जीवक यांनीच आपला इलाज करावा असे वाटू लागले. तर जीवक इतके व्यस्त होते की त्यांना इकडून तिकडे धावपळ करावी लागत होती. त्यांना श्रीमंत लोकांकडून भरपूर पैसा मिळत असे, पण ते गरीब आणि सामान्य लोकांकडून फारसा पैसा घेत नसत. जीवकच्या उपचाराची पद्धतही अनोखी आणि अचुक होती, ज्याच्याबद्दल इतक्या कथा पसरल्या आहेत की आज त्या ऐकून आपल्याला आश्चर्य वाटते.

जीवकचा जन्म सुमारे अडीच हजार वर्षांपूर्वी राजगृह (राजगीर) येथे झाला. राजगृह ही मगध राज्याची राजधानी होती. जीवकला राजगृहातील गणिका शाल्वतीने जन्म दिला होता. जन्मानंतर त्यांना मातीच्या ढिगाऱ्यावर फेकण्यात आले होते. राजकुमार बिंबीसाराचा मुलगा राजकुमार अभय याला जेव्हा ही गोष्ट कळली तेव्हा त्याने जीवकचे संगोपन केले.

मोठा झाल्यावर जीवकला त्यांच्या जन्माची माहिती मिळाली तेव्हा त्यांना खूप वाईट वाटले. त्याने ठरवले, 'मी काहीतरी करून दाखवेन, जेणेकरून कोणीही

माझ्यावर हसणार नाही. कितीही मोठा असला तरी त्याने माझी इज्जत करायला हवी.'

एके दिवशी जीवक राजपुत्राला न सांगता राजवाड्यातून निघून गेले आणि बराच प्रवास करून तक्षशिलेला पोहोचले. तक्षशिला हे त्या काळी शिक्षणाचे मोठे केंद्र होते. तेथे त्यांनी अनेक वर्षे वैद्यकशास्त्राचा सखोल अभ्यास केला. एके दिवशी त्याचे शिक्षक म्हणाले, 'हे कुदळ घे आणि औषधी गुणधर्म नसलेली एखादी वनस्पती कोठूनही घेऊन ये.'

जीवक कुदळ घेऊन गेले. ते दूरवर भटकले, पण त्यांना एकही रोप दिसले नाही ज्याचा काही उपयोग झाला नाही. परत येऊन त्याने हे आपल्या गुरूला सांगितले. तेव्हा गुरू म्हणाले, 'जा, आता तू या क्षेत्रात पारंगत झाला आहेस."

गुरूंनी जीवकाला काही पैसेही दिले, जेणेकरून तो आपल्या घरी, राजगृहात परत येऊ शकेल. पण अयोध्येला पोहोचेपर्यंत ते पैसे संपले. जीवक चिंतेत आहे, आता घरी कसे पोहोचणार ? मग त्यांनी ऐकले की एका श्रीमंत माणसाची बायको आजारी आहे. मोठमोठ्या डॉक्टरांनी त्याच्यावर उपचार केले, पण यश आले नाही. जीवकही तिथे पोहोचले. थोड्या तुपात औषधी मिसळली, चांगली शिजवून तिला थंड केले आणि तूप रूग्णाच्या नाकात टाकले. काही वेळातच त्या महिलेने तोंडातून तूप थुंकले. संध्याकाळपर्यंत ती पूर्णपणे निरोगी झाली.

डॉक्टर म्हणून जीवकचे हे पहिले मोठे यश होते, ज्यामुळे त्यांना भरपूर प्रसिद्धी मिळाली. सोबतच पैसाही मिळाला. आता ते आरामात राजगृहात पोहोचले. तेथे त्यांना राजा बिंबीसारचा आजार कळला. ते भंगदर या आजाराने त्रस्त होते. जीवकने औषध देऊन रोगावर उपचार केला. परंतु अवंती राजा चंद्र प्रद्योत यांच्या बाबतीत एक अनोखी घटना घडली. झाले असे की त्यांचा इलाज करताना औषधात तूप मिसळविणे गरजेचे होते, पण राजाला तूप आवडत नसायचे. माघार घेत जीवकने एक अनोखा मार्ग शोधला. त्याने नोकराला बोलावून राजाला काही वेळाने औषध देण्यास सांगितले आणि ते स्वतः राजाच्या हत्तीवर बसून निघून गेले. औषधात तूप मिसळल्याचे राजाला कळेपर्यंत जीवक मैल दूरवर पोहोचले असते. रागाच्या भरात राजाने जीवकला पकडून आणायला सांगितले. शिपाई धावले. पण या दरम्यान राजाचा आजार बरा झाला म्हणून त्याने पहिला हुकूम मागे घेण्यासाठी दुसरा शिपाई पाठवला. जीवकसाठी त्याच्याकडे बक्षीसही पाठवले.

अशाप्रकारे शल्य चिकित्सक म्हणूनही जीवकचे नाव दूर दूर पर्यंत होते. राजगृहातील एका व्यापाऱ्याला प्रचंड डोकेदुखी होती. सर्व डॉक्टरांनी त्यांना सांगितले

होते की, तुझा आजार असाध्य आहे, आता तू लवकरच मरशील. मात्र तो जीवक यांच्याकडे गेल्यावर त्यांनी डोक्यावर शस्त्रक्रिया करून त्यांना पूर्णपणे बरे केले. तसेच रूग्णाच्या पोटातील आतड्यांना पीळ पडला. जीवकने पोटावर चीर मारली. आतडे बाहेर काढून त्याचे निराकरण केले. नंतर त्यांना व्यवस्थित ठेवून, त्वचेला शिवले आणि मलम लावले. काही वेळाने जखम बरी झाली आणि माणसाचा त्रासही दूर झाला.

त्याचप्रमाणे जीवकाने बुद्धांचे अनेक वेळा रोग बरे करून त्यांना आराम दिला होता. एकदा एका खडकाच्या तुकड्याने बुद्धाच्या पायाला दुखापत झाली. जीवकने सतत औषधाची मलमपट्टी केली. त्यानंतर ते इतर रूग्णांना भेटायला गेले. नंतर योग्य वेळी बांधलेली पट्टी सोडू असे त्यांना वाटले. पण त्यांना यायला उशीर झाला. रात्र असल्याने शहराचे दरवाजे बंद झाल्याने त्यांना शहरात प्रवेश करता आला नाही.

पायाला बांधलेल्या पट्टीमुळे महात्मा बुद्धांना किती त्रास होत असेल असा प्रश्न जीवकला पडला होता. पण बुद्धाने जीवकाचे मन वाचलेले दिसते. त्याने स्वतःच पट्टी काढली. सकाळी जेव्हा जीवकने हे पाहिले तेव्हा ते आश्चर्यचकित झाले आणि म्हणाले, 'अरे, माझ्या मनात काय आहे हे तुला कसे कळले ?'

बुद्ध हसले. म्हणाले, "जेव्हा रूग्ण आणि डॉक्टर यांचे मन वेगळे राहण्याऐवजी एक होतात, तेव्हा असे होते !"

जीवकाने बुद्धाची शिकवण स्वतःच्या जीवनात आत्मसात केली होती. असंख्य रूग्णांना दुःखातून मुक्त करून या जगाचे दुःख दूर करण्यासाठी त्यांनी आपले संपूर्ण आयुष्य वेचले होते. तसेच जीवकाचा आदर्श त्यात होता, यावरून समजू शकते की चांगल्या डॉक्टरने सजग, संवेदनशील आणि इतरांच्या सुख-दुःखाशी निगडीत असले पाहिजे.

सेवा आणि त्यागाशिवाय चांगला डॉक्टर होता येत नाही. म्हणूनच अडीच हजार वर्षांनंतरही जीवकाची आठवण येते आणि आजही त्यांच्यापुढे आदराने नतमस्तक होतो.

६.

चरक

प्राचीन भारतातील महान वैद्यकीय शास्त्रज्ञ

(५०० ई.पूर्व)

चरक हे एक महान वैद्यकीय शास्त्रज्ञ होते. भारतातील प्राचीन वैद्यकीय शास्त्रज्ञांमध्ये त्यांचे नाव मोठ्या आदराने घेतले जाते. त्यांचा 'चरक संहिता' हा वैद्यकीय ग्रंथ आजही अत्यंत आदरणीय आहे. पतंजलीने त्यार भाष्य केले. यावरून त्याचे महत्त्व समजू शकते. पतंजलीचा जन्म खिस्तपूर्व सुमारे दोनशे वर्षांपूर्वी झाला होता. यावरून असे दिसून येते की चरक खिस्तापूर्वी अनेक शतके जन्मले होते.

'चरक संहिता' हा मोठा ग्रंथ आहे. यावरून प्राचीन काळातील वैद्यकशास्त्राची अचूक व तपशीलवार माहिती मिळते. यावरून अंदाज बांधणे अवघड नाही की त्या काळात भारतीय वैद्यकशास्त्र किती प्रगत होते आणि मानवी जीवन सुखी आणि निरोगी व्हावे यासाठी सतत नवनवीन शोध लावण्याचा उत्साह होता.

याशिवाय त्या काळातील वैद्यांचे आदर्श कोणते होते याचीही आपल्याला 'चरकसंहिता' वरून माहिती मिळते. 'चरक संहिता' मध्ये डॉक्टरांच्या आदर्शांची चर्चा करताना त्यांनी खोटे बोलू नये असे लिहिले आहे. अहंकाररहीत असावे. रूग्णाच्या उपजीविकेची पर्वा न करता त्याला दिलासा देण्यासाठी शक्य ते सर्व प्रयत्न केले पाहिजेत. यासोबतच रूग्णाला भेटायला जाताना डॉक्टरांचे लक्ष केवळ रूग्णाकडे असावे, घरातील इतर गोष्टींकडे नसावे, असेही सांगण्यात आले आहे.

एका चांगल्या डॉक्टरचे वैशिष्ट्य हेही सांगितले गेले की, त्याने ज्ञानाचा अभिमान बाळगू नये.

माणसाच्या शरीरशास्त्राविषयी अनेक गोष्टी चरकांने त्यांच्या पुस्तकात सांगितल्या होत्या. आज वैद्यकीय शास्त्राबद्दलचे आपले ज्ञान खूप वाढले आहे. आजच्या शास्त्रज्ञांकडे अनेक तांत्रिक साधने आणि सूक्ष्म उपकरणे उपलब्ध आहेत, त्यामुळे रोज नवनवीन शोध लावले जात आहेत. पण हे पाहून आश्चर्य वाटते की, सुमारे दोन हजार वर्षांपूर्वी मूलभूत वैद्यकीय सुविधा आणि उपकरणे नसताना ते बरोबर सांगितले होते. चरकने माणसांच्या शरीरशास्त्राविषयी इतक्या गोष्टी कशा सांगितल्या आणि त्याचप्रमाणे चरकच्या वैद्यकीय ग्रंथातही वनस्पतींबद्दल आश्चर्यकारक माहिती आहे. मानवी रोग बरे करण्यासाठी ते प्रामुख्याने वनस्पतींची मदत घेतात. त्यांची वेगवेगळया गटात विभागणी करून त्यांनी त्यांचे गुण आणि वैशिष्ट्ये तपशीलवार वर्णन केली आहेत. हे वर्णन इतके अनोखे आहे की आजही आपल्याला चरकच्या सखोल अभ्यासाची आणि शोधांची खात्री पटली पाहिजे. यासोबतच प्राचीन वैद्यकशास्त्र हे निसर्गावरच अवलंबून होतं हेही दिसून येते. निसर्गाचे अनोखे वरदान त्यात वापरले गेले.

म्हणूनच याला एका अर्थाने निसर्गोपचार असेही म्हणता येईल. याशिवाय चरक या ग्रंथाचे महत्त्व हेही आहे की, या ग्रंथात त्या काळातील मानवाच्या सवयी, जीवनशैली, वेशभूषा इत्यादींबद्दल अनेक रंजक गोष्टी समोर आल्या आहेत. त्यामुळे त्या काळातील संस्कृतीची अचूक आणि अस्सल प्रतिमा आपल्या डोळ्यांसमोर उभी राहते.

आजही प्राचीन भारतीय वैद्यकशास्त्राची कोणतीही चर्चा चरकच्या नावाशिवाय पूर्ण होत नाही. ते भारतीय वैद्यकशास्त्राचे सर्वात मोठे आदर्श होते आणि राहतील. चरक वाचून कळू शकते की डॉक्टरांचा उच्च आदर्श कोणता ? मानवजातीच्या सेवेचा उच्च आदर्श जर तो विसरला तर त्याला सर्व कौशल्य आणि तांत्रिक कौशल्य असूनही एक चांगला डॉक्टर म्हणता येणार नाही. चरक आठवताच जणू भारतीय वैद्यकशास्त्राचा संपूर्ण गौरवशाली इतिहास डोळ्यांसमोर येतो. यावरून भारतीय वैद्यकशास्त्रात चरकचे योगदान मोठे आणि अनन्यसाधारण आहे हे समजू शकते.

७.

सुश्रुत

प्राचीन भारतातील महान सर्जन

(६०० ई.पू.)

सुश्रुत हे भारताचे महान सर्जन होते. प्राचीन भारतातील शस्त्रक्रियेच्या क्षेत्रात सुश्रुतला प्रसिद्धी मिळाली, ती कदाचित इतर कोणाला नाही, पण सत्य हे आहे की प्राचीन काळी भारत शस्त्रक्रियेने कोणत्या उंचीवर पोहोचला होता, याची ओळख सुश्रुत यांच्यावरून होते.

विशेष म्हणजे सुश्रुत जितके चांगले डॉक्टर होते, तितकेच ते एक चांगले शिक्षक होते. त्यांनी संयमाने त्यांच्या विद्यार्थ्यांना मानवी शरीरशास्त्रातील बारकावे समजावून सांगितले आणि त्यांना शस्त्रक्रियेबद्दल सांगितले. त्यानंतर तो त्यांना शस्त्रक्रियाही शिकवायचा. यासाठी त्यांनी एक अनोखा मार्ग शोधला होता. पूर्वी ठराविक भाज्या, पाण्याने भरलेल्या चामड्याच्या पिशव्या इत्यादींवर चीरे करायला शिकवायचे. नकली जनावरांच्या अंगावर पट्टी कशी बांधायची हे शिकवायचे. त्यानंतर हळूहळू विद्यार्थ्यांचे कलागुण समाधानकारक वाटल्यावरच त्यांना मानवी शरीरावर शस्त्रक्रिया करण्याची परवानगी देण्यात यायची.

सुश्रुतने अशा अनेक शस्त्रक्रिया केल्या, आजही त्याबद्दल ऐकून आपण थक्क होतो. शरीराचा कोणताही भाग कापणे, चीरा काढणे, हाड जोडणे, नाकाची प्लास्टिक सर्जरी, मोतीबिंदूचे ऑपरेशन आणि मूत्राशयातील खडे काढणे ही अशी ऑपरेशन्स आहेत, जी आजच्या काळात विशेष मानली जात नाहीत, परंतु सुश्रुतांच्या काळात हे एखाद्या चमत्कारापेक्षा कमी नाही नव्हते.

सुश्रुताने कापलेले नाक नवीन कसे लावायचे याचे इतके लांबलचक वर्णन केले आहे आणि इतक्या स्पष्टपणे दिले आहे की आपण जणू आपल्या

डोळयांसमोर एखाद्या सर्जनला नाक जोडताना पाहता आहोत. एवढंच नाही तर गरज पडेल तेव्हा नाक लांबवणं आणि नंतर छोटं करणं हेही सुश्रुतकडे कौशल्य होतं. यावरून असे लक्षात येते की मानवी शरीराच्या रचनेबद्दलचे त्यांचे ज्ञान आश्चर्यकारक होते,

कापलेल्या नाकाच्या जागी नवीन नाक कसे जोडायचे, याचे सुश्रुतने इतके सविस्तर आणि एका एका क्षणाचे इतके सजीव वर्णन केले की आपल्याला असे वाटेल की एखादी शस्त्रक्रिया आपल्या डोळयासमोरच होत आहे. केवळ इतकेच नाही तर, गरज वाटल्यास नाकाला लांब करणे आणि पुन्हा कापून लहान करणे आदी कौशल्य देखील सुश्रुत यांच्याकडे होते. यावरून हे लक्षात येते की मनुष्याच्या शरीराच्या रचनेबाबत त्यांना माहिती तर होतीच, पण शस्त्रक्रियेचे त्यांचे व्यावहारीक ज्ञान देखील आश्चर्यकारक होते. या बाबतीत, केवळ त्यांच्या युगातच नाही, तर पुढील अनेक युगांमध्ये ते एक महान विद्वान, म्हणजे मास्टर्स ऑफ मास्टर मानले गेले. यामागे अर्थातच त्यांच्या व्यावहारिक अनुभवांचा आधार देखील होता, ज्यामुळे त्यांनी शस्त्रक्रियेला अकल्पनीय उंची दिली.

त्याचप्रमाणे सुश्रुत पोटाची शस्त्रक्रियाही करायचे. आतड्यांना दुखापत झाल्यानंतर त्यांना पुन्हा जोडण्याचा त्यांना एक अनोखा मार्ग सापडला. ते आतड्यांचे टोक एकमेकांच्या जवळ आणायचे आणि मोठ्या मुंग्या तिथे सोडायचे. या मुंग्या आतड्यांच्या टोकांना चावून घट्ट बांधून ठेवत असत. मग सुश्रुत मुंग्यांचे शरीर कापायचे. यामुळे मुंग्या शरीराला हानी पोहोचवत नसायच्या आणि आतडे घट्टपणे जोडले जायचे, जणू काही मजबूत हुकांनी त्यांना बांधलेले गेले आहे. त्याऐवजी आतडे, धागा किंवा इतर कोणत्याही वस्तूने बांधले तर ते आकुंचन पावतात. या कारणास्तव सुश्रुतने ही अनोखी पद्धत शोधून काढली जी अजूनही काही ठिकाणी शस्त्रक्रियेमध्ये वापरली जाते.

याशिवाय ऋतूंचा मानवी शरीरावर काय परिणाम होतो आणि कोणत्या ऋतूमध्ये कोणती खबरदारी घ्यावी किंवा कोणत्या भाज्यांचा वापर करावा, याचेही सुश्रुतांनी सविस्तर वर्णन केले आहे. सुश्रुताने मानवी शरीरावर वेगवेगळया दिशांमधून येणाऱ्या हवेच्या परिणामांचेही रोचक वर्णन केले आहे. सुश्रुताने वनस्पती आणि प्राणी यांचीही त्यांच्या समान गुणांच्या आधारे विविध श्रेणींमध्ये विभागणी केली आहे.

सुश्रुतांच्या गांभीर्याने केलेल्या अभ्यासाचा हा पुरावा आहे की त्यांचे म्हणणे आजही खरी वाटते. त्यांच्या काही गोष्टी आज अपूर्ण किंवा चुकीच्या असल्याचे सिद्ध होऊ शकते, परंतु यावरून असे दिसून येते की अत्यंत मर्यादित आणि अत्यंत माफक उपकरणे असूनही त्यांच्याकडे अफाट प्रतिभा होती. त्यांनी केवळ यंत्रांनेच नाही, तर मनाकडूनही यंत्रांचे काम करून घेतले आहे. यातून त्यांना मिळालेले ज्ञान आणि त्यांनी लावलेले अनोखे शोध, पुढील शतकांपर्यंत मानवांना प्रेरणा देत राहतील.

८.

आर्यभट्ट

भारतातील महान गणितज्ञ आणि विद्वान

(ई.स. ४७६)

आर्यभट्ट यांची गणना प्राचीन चीन आणि भारतातील महान विद्वानांमध्ये केली जाते. ते केवळ एक महान गणितज्ञच नव्हते तर त्यांनी मोजण्याची स्वतःची अनोखी पद्धतही शोधून काढली. त्याचप्रमाणे त्यांनी चंद्रग्रहणाबाबतच्या अनेक समजांचे खंडन करून त्याचे तर्कशुद्ध शास्त्रीय स्पष्टीकरण दिले. त्यामुळे अनेक लोक आर्यभट्टाच्या विरोधात गेले. पण वैज्ञानिक सत्याच्या शोधात गुंतलेल्या आर्यभटाने त्यांची अजिबात पर्वा केली नाही आणि जे योग्य वाटले तेच सांगितले. याच कारणामुळे त्यांची गणना प्राचीन भारतातील महान वैज्ञानिक आणि गणितज्ञांमध्ये होते.

आर्यभटाचा जन्म सुमारे दीड हजार वर्षांपूर्वी झाला. त्यांच्या जन्मस्थानाबाबत मतभेद आहेत. काही लोक म्हणतात की त्यांचा जन्म कुसुमपूर येथे झाला, तर काही विद्वान त्यांचे जन्मस्थान पाटलीपुत्र मानतात.

आर्यभटाचा काळ पाहता त्याचे विचार फार क्रांतिकारक वाटतात. ते खरे विचारवंत, तर्कशास्त्रज्ञ आणि शास्त्रज्ञ होते आणि त्याच्या काळातील इतर शास्त्रज्ञांच्या पुढे होते. आर्यभटाचे विचार आणि धारणा त्यांनी लिहिलेल्या ग्रंथात आहेत. त्यांनी 'आर्यभटीय', 'दव-देशिका सूत्र' आणि 'आर्याष्ट शत' असे एकूण तीन ग्रंथ रचले. यामध्ये 'आर्यभटीय'मधील आर्य श्लोकांचे दहा श्लोक आहेत. 'दास-देशिका सूत्र'मध्ये त्यांनी आपल्या गणना पद्धतीबद्दल सांगितले आहे. 'आर्याष्ट शत' या तिसऱ्या ग्रंथात १०८ श्लोक आहेत, ज्यामध्ये गणित, भूगोल आणि वेळ मोजण्याची पद्धत वर्णन केलेली आहे.

आर्यभट्ट जितके महान गणितज्ञ आणि ज्योतिषी होते, तितकेच ते एक

महान वैज्ञानिक देखील होते. आत्तापर्यंत चंद्रग्रहणाबद्दल असे म्हटले जात होते की राहूच्या प्रभावामुळे चंद्राला ग्रहण लागते. पण आर्यभटाने ते मान्य करण्यास नकार दिला. अतिशय तार्किक पद्धतीने चंद्रग्रहण समजावून सांगताना ते म्हणाले की, सूर्य आणि चंद्र यांच्यामध्ये पृथ्वी आल्याने सूर्याचा प्रकाश चंद्रापर्यंत पोहोचत नाही. त्यामुळेच चंद्रग्रहण होते. दीड हजार वर्षांपूर्वी त्यांनी हे वैज्ञानिक सत्य जाणले होते आणि ते मोठ्या धैर्याने सांगितले होते. असे म्हणता येईल की चंद्रग्रहणाचे त्यांचे स्पष्टीकरण पूर्णपणे वैज्ञानिक होते आणि हे दर्शवते की प्राचीन काळी भारत वैज्ञानिक संशोधनात खरोखरच जागतिक आघाडीवर होता.

चंद्राला स्वतःचा प्रकाश नसतो हे आर्यभट्टाला चांगलेच माहीत होते. तो फक्त सूर्याच्या प्रकाशाने चमकतो. त्याचप्रमाणे सूर्यामुळेच पृथ्वीवर दिवस आणि रात्र असतात आणि ऋतू बदलत राहतात, हे सत्यही त्यांनी त्यांच्या अवकाशाच्या वैज्ञानिक अभ्यासातून ओळखले आणि अतिशय प्रभावीपणे व्यक्त केले. असे म्हणता येईल की, या बाबतीत आर्यभट्ट त्याच्या काळाच्या खूप पुढे होता. ज्या वेळी आपल्याकडे ग्रहांच्या स्थितीचा अभ्यास करण्याची फारशी साधने नव्हती आणि प्रत्येक गोष्ट स्वतःच्या डोळयांनी पहावी आणि पडताळून पाहाती लागत असे, तेव्हा आर्यभटाचे अत्यंत वैज्ञानिक निरिक्षण आपल्याला आश्चर्यचकित करतात.

हे आश्चर्यकारक आहे की आर्यभटानंतर या क्षेत्रात काम करणाऱ्या विद्वानांनी त्याच्या या वैज्ञानिक निरिक्षणांना पुढे नेण्याऐवजी मागे घेऊन जाणे अधिक पसंत केले. उलट त्यांनी आर्यभट्टाची निंदा केली. आर्यभटानंतर सुमारे शंभर वर्षांनी जन्मलेल्या वराहमिहिर आणि ब्रह्मगुप्त यांनी आर्यभट्टाच्या चंद्रग्रहणाच्या सिद्धांतावर कडवट टीका केली आणि निषेध केला. त्यांचे म्हणणे होते की आर्यभट्ट यांनी चंद्रग्रहणाच्या नवीन निरिक्षणाने भारतीय परंपरा आणि पुराणकथांचा अपमान केला आहे.

सत्य हे आहे की चंद्रग्रहणाच्या संदर्भात आर्यभटाच्या निरिक्षणाने पाखंडी, पुरोहित नाराज झाले होते. परिणामी वराहमिहिर आणि ब्रह्मगुप्तासारखे विद्वान लोकही त्यांच्या दहशतीमुळे खरे बोलण्याचे धाडस करू शकले नाहीत. तर आर्यभट्ट हे खरे सत्यशोधक शास्त्रज्ञ होता, ज्याने केवळ सत्याचा पाया घेतला आणि पांड्यांची आणि पुरोहितांची पर्वा केली नाही.

पण हे धाडस आर्यभट्टांना एक महान शास्त्रज्ञ असल्याचे सिद्ध करते. आज आपल्याला माहित आहे की आर्यभट्ट बरोबर होते आणि त्यांच्यानंतर कितीतरी वर्षांनंतर जन्मलेल्या विद्वानांच्या कितीतरी पुढे विचार करणार होते. यामुळे या महान सत्यशोधक शास्त्रज्ञाबद्दल आपल्या मनात अधिक आदर वाढतो.

९.

खन

प्राचीन भारतातील आश्चर्यकारक महिला शास्त्रज्ञ

(५००ई.स.)

नसेल महिलांची संख्या अधिक पण प्राचीन काळातही महिलांनी देखील भारतीय विज्ञानाच्या विकासात योगदान दिले आहे. खन या तल्लख वैज्ञानिकांपैकी एक होत्या. दुर्दैवाने, आज आपल्याला खन यांच्या जीवनाबद्दल फारशी माहिती नाही, परंतु आजही त्यांनी रचलेली सुंदर सुक्ते आपल्याला मिळतात, यावरून त्यांच्या प्रतिभेची ओळख आपल्याला होते. खन यांचे बरेचसे विचार शेतीसंबंधी आहेत आणि काही प्रमाणात ते बंगालच्या मातीत खरे ठरले आहे. त्यावरून त्या बंगालच्या असाव्यात असा अंदाज लावता येऊ शकतो. खन या बहुधा सहाव्या शतकातल्या असाव्यात.

खन यांची बहुतांश सुक्ते शेतीशी संबंधित आहेत आणि त्या इतक्या अचूक आणि अस्सल आहेत की आजही त्यांच्याकडून बरेच काही शिकता येते. उदाहरणार्थ, त्या म्हणतात की सर्वोत्तम शेती म्हणजे ज्यामध्ये कुटुंबातील सदस्य एकत्र शेती करतात. जी शेती इतरांकडून करून घेतली जाते, त्यात पीक अर्धे अधिकच मिळते. त्याचप्रमाणे पावसाबाबतही त्यांनी अनेक महत्त्वाच्या गोष्टी सांगितल्या. पाऊस पडणे केव्हा चांगले आहे ? आणि जेव्हा तो होत नाही तेव्हा त्या म्हणतात की अग्रहायणात पाऊस पडला तर राजाला सुद्धा भीक मागावी लागते. तसेच ते म्हणतात की, आषाढाच्या कृष्ण पक्षातील नवव्या दिवशी भरपूर पाऊस झाला तर सारसला समुद्राच्या तळाशी चालत

जावे लागेल, याचा अर्थ असा की भीषण दुष्काळ पडेल. पण या दिवशी हलका पाऊस पडला तर वर्षभर इतका पाऊस पडेल की मासे डोंगराच्या माथ्यावर स्थिरावतील.

खन यांनी जमीन नांगरणे आणि पीकांची पेरणी याबाबत अनेक उपयुक्त गोष्टी सांगितल्या आहेत. ते म्हणतात की, मुळ्यासाठी जमीन दहा वेळा नांगरून घ्यावी, म्हणजे जमीन कापसासारखी मऊ होते. पण पालेभाज्यासाठी नांगरणी करण्याची अजिबात गरज नाही. पौर्णिमा किंवा अमावस्येच्या दिवशी नांगरणी करणे खनने चांगले मानले नाही. त्यामुळे घरात अशांतता निर्माण होते, सर्वनाशही होऊ शकतो, असे त्यांचे म्हणणे होते.

खान सांगतात की, धान्यांची पेरणी आषाढमध्ये करावी, श्रावण किंवा किंवा भाद्रपदात नाही. मटरची पेरणी अश्विन-कार्तिकमध्ये करावी आणि मोहरीची पेरणी शरद ऋतूच्या शेवटी करावी. शेतकऱ्यांना त्यांचा सल्ला असा आहे की, त्यांनी बॅकगॅमनचा खेळ सोडून वैशाख आणि जेष्ठात हळद पेरली पाहिजे आणि आषाढ आणि श्रावणात जमिनीतले तण काढायला हवे, जेणेकरून ते पूर्णपणे लागवडी योग्य होईल.

खन यांची बोलण्याची शैली अनोखी आहे आणि त्यात एक नवा हावभाव आहे, त्यामुळे त्यांचे विचार लोकांच्या मनात घर करून बसले. आजही लोक प्रत्येक संवादात त्यांचा उल्लेख करतात. खन यांची विनोदबुद्धी या म्हणींमध्येही दिसून येते. उदाहरणार्थ, एके ठिकाणी त्या म्हणतात की, श्रावण महिन्यात भाजापाला लावल्यास इतके फळ मिळेल की रावणही ते चावू शकणार नाही ! उघड आहे, खन यांच्या शब्दात शेतीचे केवळ उपयुक्त ज्ञानच नाही, तर सखोल आकलन, काव्यात्मक कला आणि कठोर परिश्रमाचा धडाही आहे, त्यामागे कुठेतरी एक आदर्श शेतकरी-जीवनाची कल्पनाही दडलेली आहे. म्हणूनच खन यांचे शब्द आजही स्मरणात आहेत.

१०.

वराहमिहीर

खगोलशास्त्राचे महान आचार्य

(ई.स. ४९५)

वराहमिहिर हे प्राचीन भारताचे महान खगोलशास्त्रज्ञ होते, आजही आपल्याला त्यांच्या प्रतिभेला आणि ज्ञानाला मानावे लागते. आज गणितीय ज्योतिष आणि फल-ज्योतिष शास्त्राविषयी आपल्याला जी माहिति आहे त्याबद्दल खगोलशास्त्राच्या इतर अभ्यासकांबरोबरच आपण वराहमिहिराचेही ऋणी आहोत. वराहमिहिराचा जन्म पाचव्या शतकाच्या शेवटी उज्जयिनी शहरात झाला. त्यांच्या वडिलांचे नाव आदित्यदास होते. वराहमिहिर हा अतिशय हुशार आणि अभ्यासू होते. लवकरच त्यांच्या विद्वत्तेची कीर्ती सर्वत्र पसरली. त्यांनी खगोलशास्त्राशी संबंधित त्यांची मते समोर मांडली, यावरून त्यांची सखोल समज दिसून येते. वराहमिहिराने स्पष्टपणे सांगितले की पृथ्वी गोलाकार आहे. पण गोलाकारात आपल्याला काही जागा उंच, काही कमी आढळल्या आहेत. मग पृथ्वीवर कुठेही उंच आणि खालची जागा आहे का ? या प्रश्नाचे उत्तर वराहमिहिर अतिशय सुंदरपणे देतात. पृथ्वीवर राहणाऱ्या लोकांमध्ये उच्च किंवा नीच नाही असे ते म्हणायचे. कदंब वृक्षाच्या फांद्यांचं उदाहरण देऊन ते म्हणतात की, कदंब वृक्षाच्या कोणत्याही फांदीवर सगळीकडे फुले येतात. आपल्याला ते वर-खाली आहेत असं वाटतं, पण फांदीच्या संदर्भात सत्य हे आहे की प्रत्येक फुल फांदीच्या माथ्यावर उमललं आहे. नेमकी हीच अवस्था पृथ्वीवरील सजीवांची आहे. ते सर्व पृथ्वीनिवासीच आहेत.

आणि त्या सर्वांचे स्वतःचे आकाश आहे. म्हणूनच ते वर-खाली नाहीत, एकाच धरतीवर आहेत.

वराहमिहिराचे हे विधान पूर्णपणे बरोबर आहे. पण पृथ्वी आणि इतर ग्रहांच्या हालचालींबाबतही त्यांना काही बरोबर अंदाज लावता आला नाही. खरे तर वराहमिहिराने पृथ्वीला स्थिर मानले होते. पृथ्वी स्थिर असून सूर्य, चंद्र आणि इतर ग्रह तिच्याभोवती फिरतात, असे त्यांनी सांगितले. पृथ्वीला गती आहे आणि ती फिरते हे वराहमिहिरला मान्य नव्हते. पृथ्वी फिरली असती तर पश्चिमेकडे उडून गेलेला पक्षी लगेच घरट्यात परत येऊ शकला नसता, असा त्यांचा एक विचित्र युक्तिवाद होता. पृथ्वी फिरते तेव्हा गुरुत्वाकर्षणाने बांधलेला पक्षीही तिच्यासोबत फिरतो आणि पृथ्वीच्या संदर्भात तिची स्थिती समान किंवा स्थिर राहते हे त्यांना समजू शकले नाही.

वराहमिहिरच्या कीर्तीचा मुख्य आधार म्हणजे त्यांचा प्रसिद्ध ग्रंथ 'पंचसिद्धांत'. भारतीय खगोलशास्त्राचा हा अतिशय मनोरंजक आणि उत्तम ग्रंथ आहे. या ग्रंथात वराहमिहिराने त्या काळातील खगोलशास्त्रातील पोलिश, रोमक, वसिष्ठ, सूर्य आणि पितामह या पाच प्रमुख सिद्धांतांची फार अभ्यासपूर्ण गाहिती दिली आहे. यापैकी सूर्यसिद्धांताला सर्वाधिक मान्यता मिळाली आहे. वराहमिहिराने आर्यभटाच्या सूर्यसिद्धांताबद्दलच्या कल्पनांमध्ये बदल करून त्याला नवे स्वरूप दिले.

वराहमिहिराचे एक वैशिष्ट्य म्हणजे ते अतिशय शिक्षित होते. त्यांनी खगोलशास्त्राच्या ज्या तत्त्वांची पोलिश आणि रोमन नावांची चर्चा केली आहे, ती अलेक्झांड्रिया आणि रोमच्या खगोलशास्त्रीय तत्त्वांवर आधारित आहेत असे म्हणता येईल. त्यामुळे वराहमिहिरावर स्पष्टपणे ग्रीक प्रभाव होता. एके ठिकाणी त्यांनी ग्रीक लोकांचे इतरही दोष असतील, पण ते विज्ञानात पारंगत आहेत, अशी स्तुतीही केली आहे.

'पंचसिद्धांत' व्यतिरिक्त 'बृहद संहिता' हे वराहमिहिराचे प्रमुख कार्य आहे. त्यातल्या एका भागात त्यांनी शेतीबद्दल अतिशय उपयुक्त गोष्टी लिहिल्या आहेत. चांगली फळे आणि फुले लावण्यासाठी खताचे महत्त्वही त्यांनी मान्य केले आहे. यासोबतच वराहमिहिरांनी झाडे कशी लावावीत आणि त्यात कोणती खबरदारी घ्यावी याविषयी अतिशय मनोरंजक गोष्टी लिहिल्या आहेत. झाडांचे बारकाईने निरीक्षण केल्यास आगामी दुष्काळ किंवा पावसाचाही अंदाज येऊ शकतो, असेही त्यांनी सांगितले.

वराहमिहिरचे हे सगळे आपल्याला आज ठीक वाटत नसेल, यामुळे की त्याच्या शंभर वर्षांपूर्वी जन्मलेल्या आर्यभट्टानेही पृथ्वीचे अखंड परिभ्रमण आपल्या पायावर प्रस्थापित केले होते. वराहमिहिराने ते नाकारले होते. पण आज आपल्याला माहीत आहे की वराहमिहिर नव्हे तर आर्यभट्ट बरोबर होते आणि वराहमिहिराने त्यांचे म्हणणे पुढे नेण्याऐवजी मागे नेले. असे असले तरी वराहमिहिर नक्कीच विद्वान होते. खगोलशास्त्राच्या सखोल ज्ञानासहित त्यांच्याकडे अनोखे ज्ञान होते, ज्यातून आजही बरेच काही शिकता येऊ शकते.

११.

ब्रह्मगुप्त

बीजगणिताचे महान शिक्षक

(ई.स. ५९८)

ब्रह्मगुप्ताची गणना भारतातील गणितज्ञांमध्ये केली जाते. शून्याविषयी इतकी स्पष्ट, तार्किक आणि अचूक माहिती प्रथमच ज्यांनी दिली ते विशेषतः गणितज्ञ ब्रह्मगुप्तच होते. जगातील ज्ञान आणि विज्ञानामध्ये भारताचे सर्वात मोठे योगदान म्हणजे शून्याचा शोध. या शून्याचा शोध लावणाऱ्या महान गणितज्ञांपैकी ब्रह्मगुप्त हे एक प्रमुख होते.

महान ब्रह्मगुप्ताचा जन्म सहाव्या शतकाच्या शेवटी मुलतानजवळील भिल्लामल गावात झाला. त्यांच्या वडिलांचे नाव विष्णू होते. ब्रह्मगुप्ताचा जन्म झाला तोपर्यंत गुप्त साम्राज्याचा ऱ्हास झाला होता. त्यामुळेच ज्ञान-विज्ञान-संस्कृतीच्या क्षेत्रात उत्साहाचे वातावरण नव्हते. परंतु ब्रह्मगुप्ताने खगोलशास्त्र आणि गणिताच्या प्रख्यात विद्वानांचे ग्रंथ केवळ गांभीर्याने वाचले नाहीत तर ज्ञान विज्ञानाच्या या प्रवाहात अनेक नवीन आणि मौल्यवान गोष्टींची भर घातली. ब्रह्मगुप्ताने लिहिलेल्या ग्रंथांपैकी 'ब्रह्मस्फुट-सिद्धांत' हा सर्वात प्रसिद्ध ग्रंथ आहे. या पुस्तकात त्यांनी बीजगणित, अंकगणित, भूमिती आणि खगोलशास्त्र याविषयी अतिशय मनोरंजक आणि उपयुक्त माहिती दिली आहे. शून्याच्या संपूर्ण संकल्पनेशिवाय, ब्रह्मगुप्ताने बीजगणिताच्या क्षेत्रातही प्रथमच इतके मोठे आणि उल्लेखनीय कार्य केले, जे त्यांना प्रमुख भारतीय गणित तज्ञाचा दर्जा देण्यासाठी पुरेसे आहे.

ब्रह्मगुप्ताची शून्याविषयीची माहिती आज आपल्याला सर्वात जास्त आश्चर्यचकित करते. बीजगणिताची माहिती असलेल्या त्यांच्या 'बाह्मस्फुट सिद्धांत' या ग्रंथाच्या 'कुटकाध्याय'मध्ये त्यांनी याबद्दल लिहिले आहे. ब्रह्मगुप्ताने स्पष्टपणे सांगितले आहे की कोणत्याही ऋण संख्येतून शून्य वजा केल्यास नुकसान होते. जेव्हा सकारात्मक संख्येतून शून्य वजा केले जाते तेव्हा आपल्याला फक्त एक सकारात्मक संख्या मिळते, तर शून्यातून शून्य वजा केले तर आपल्याला फक्त शून्य मिळते.

त्याचप्रमाणे शून्याला कोणत्याही ऋण किंवा धन संख्येने गुणवले तर त्याचा परिणाम शून्य होतो, असे त्यांनी सांगितले. शून्याचा शून्याने गुणाकार केला तरी परिणाम शून्य येतो. पण जर एखाद्या संख्येला शून्याने भागले तर त्याचा परिणाम असा होत नाही, तर परिणाम अनंत होतो. त्याचप्रमाणे त्यांनी आणखी एक गोष्ट सांगितली की, शून्याला शून्याने भागले तर परिणाम शून्य होत नाही, तर निकालात अनिश्चित किंवा अनिश्चित संख्या आढळते. ब्रह्मगुप्ताच्या या फॉर्म्युलेशनला अनेक शतके उलटून गेल्यानंतरही, आज गणिताविषयीचे आपले ज्ञान आणि शोध त्यांचे समर्थन करत आहेत, हे काही कमी रोमांचक नाही.

बीजगणिताबद्दल ब्रह्मगुप्ताचे ज्ञान आणि विद्वत्ता अफाट आहे. साधारण आणि दोन घाताचे समीकरण सोडवण्यासाठी त्यांनी दिलेले नियम आजही आपल्याला थक्क करतात. विशेष म्हणजे बीजगणिताच्या या विलक्षण ज्ञानाचा उपयोग गणित, ज्योतिष इत्यादी विषयात देखील केला. अशा प्रकारे ब्रह्मगुप्ताने या क्षेत्रात अनोखी क्रांती घडवली. ब्रह्मगुप्ताला स्वतःची प्रतिभा आणि बीजगणित क्षेत्रातील त्याचे महत्त्व माहीत होते, ज्यामुळे ते त्यांच्या काळातील सर्वोच्च गणितज्ञ मानले जात होते.

त्यांनी एका ठिकाणी अतिशय रंजक आणि काव्यमय पद्धतीने लिहिले आहे की, 'ज्याप्रमाणे सूर्याचा प्रकाश ताऱ्यांना मंद करतो, त्याचप्रमाणे बीजगणितातील एखादा विद्वान सभेत इतर खगोलशास्त्रज्ञांच्या तेजाला निस्तेज करतो.'

आर्यभट्ट आणि वराहमिहिरासारखे ब्रह्मगुप्त पृथ्वी गोलाकार आहे असे मानत असत. याविषयी त्यांनी त्यांच्या पुस्तकातही अतिशय प्रभावीपणे लिहिले आहे. ब्रह्मगुप्ताने पृथ्वी सपाट आहे हे अनेक प्राचीन ग्रंथ आणि पुराणांमध्ये लिहिलेले सत्य स्वीकारण्यास नकार दिला. पृथ्वी कपासारखी आतून पोकळ आहे यावरही त्यांचा विश्वास बसत नव्हता. ब्रह्मगुप्त म्हणाले की आपण जर वेगवेगळया ठिकाणच्या ताऱ्यांच्या स्थानांचा आणि त्यांच्या उगवण्याचा आणि मावळण्याचा अभ्यास केला, तर पृथ्वी

गोलाकार आहे हे स्वतःच सिद्ध होते. या आधारावर खगोलशास्त्रातील सर्व गणिते बरोबर असल्याचे सिद्ध होते.

साहजिकच, आर्यभट्ट आणि वराहमिहिराप्रमाणेच, ब्रह्मगुप्त देखील येथे तार्किकदृष्ट्या एक महत्त्वाची खगोलीय कल्पना पुढे आणत असल्याचे दिसते. पण ब्रह्मगुप्तालाही मोठी मर्यादा होती. वराहमिहिराप्रमाणेच पृथ्वी आपल्या अक्षावर फिरते या आर्यभट्टाच्या कल्पनेवरही त्यांनी जोरदार टीका केली. तर, या कारणास्तव ब्रह्मगुप्ताने आर्यभट्टांना परंपरेविरोधी म्हणत त्यांचा कठोर शब्दांत निषेध केला. त्याने वराहमिहिराच्या युक्तिवादाची पुनरावृत्ती केली की जर पृथ्वी फिरली तर घरट्यांपासून दूर गेलेले पक्षी कधीही त्यांच्या घरी परत येणार नाहीत. पण ब्रह्मगुप्ताचा हा शोध अपूर्ण आणि चुकीचा आहे हे आज आपल्याला माहीत आहे. त्यांच्या आधी सुमारे सव्वाशे वर्षांपूर्वी जन्मलेला आर्यभट्ट या बाबतीत त्याच्यापेक्षा खूप पुढे होते.

ब्रह्मगुप्ताने आर्यभटाच्या कल्पना पुढे नेण्याऐवजी त्या उलट करण्याचा प्रयत्न केला. त्यामागे त्या काळातील नामवंत पंडित किंवा ज्योतिषी वगैरेंची भीती असावी, कारण ते पृथ्वीला स्थिर आणि सूर्याला गतिमान मानून सर्व गणिते करत असत. त्या काळात भारतात आलेले प्रख्यात इतिहासकार आणि जागतिक प्रवासी अलबरूनी यांनाही असे वाटत होते की कदाचित ब्रह्मगुप्ताच्या म्हणण्यावर त्यांचा विश्वास बसला नसेल. आपल्या काळातील ब्राह्मण आणि ज्योतिषांच्या भीतीने त्याने सत्य सांगितले नाही.

तथापि, ब्रह्मगुप्त हा भारताचा महान गणितज्ञ होता यात शंका नाही. त्यांचे महत्त्व भारतातच नव्हे, तर जगभर ओळखले गेले. ब्रह्मगुप्ताचा प्रसिद्ध ग्रंथ 'ब्रह्मपुत सिद्धांत' याला अरब भाषेत 'सिंध हिंद' असे म्हणतात आणि ते वाचून अरबांना खगोलशास्त्रातील अनेक नवीन गोष्टी कळल्या होत्या.

१२.

वाग्भट्ट

प्राचीन भारतातील महान चिकित्सक

(६००ई.स.)

प्राचीन-भारतीय चिकित्सकांमध्ये आत्रेय आणि सुश्रुत यांच्याप्रमाणेच, वाग्भट्टांचे नाव देखील मोठ्या आदराने घेतले जाते. काही ठिकाणी आत्रेय, सुश्रुत आणि वाग्भट्ट यांचा उल्लेख बृहद-त्रयी म्हणूनही आढळतो. सत्य हे आहे की भारतीय वैद्यकशास्त्राला परिपूर्णतेपर्यंत नेण्यात आणि मानवासाठी अधिकाधिक उपयुक्त आणि अर्थपूर्ण बनवण्यात वाग्भट्टांचा मोठा हात आहे. त्यांच्याशिवाय प्राचीन वैद्यकशास्त्र आणि त्यांच्या उंचीचा अंदाज लावता येणार नाही.

वाग्भट्टाचा जन्म सहाव्या शतकाच्या शेवटी सिंध देशात झाला. त्यांच्या वडिलांचे नाव सिंहगुप्त होते. वाग्भट्ट यांना लहानपणापासूनच वैद्यकीय शास्त्राची आवड होती. बौद्ध आचार्य अवलोकित हे त्यांचे गुरू होते. त्यांच्या मार्गदर्शनाखालीच वाग्भट्टांनी प्राचीन वैद्यकीय ग्रंथांचा गांभीर्याने अभ्यास करण्यास सुरूवात केली आणि काही वर्षांतच त्यांची गणना या क्षेत्रातील कुशल विद्वानांमध्ये झाली. वाग्भट्ट हे जन्माने वैदिक ब्राह्मण होते. पण नंतर त्यांच्यावर बौद्ध धर्म आणि महात्मा बुद्धांच्या शिकवणीचा प्रभाव पडला. म्हणूनच त्यांच्या 'अष्टांग संग्रह' या ग्रंथात अनेक ठिकाणी महात्मा बुद्धांची स्तुती करण्यात आली आहे.

'अष्टांग संग्रह' आणि 'अष्टांग हृदयसंहिता' ही वाग्भट्टाची कीर्ती अक्षय करणारी त्यांची प्रसिद्ध पुस्तके आहेत. काही जण म्हणतात की वाग्भट्ट एक नाही, दोन होते-म्हणजे 'अष्टांग हृदय संहिता'चा लेखक वाग्भट्ट दुसरा कोणीतरी होता. परंतु या दोन्ही ग्रंथांची नेमकी एकच नावे आहेत, त्यावरून असे वाटत नाही. मग 'अष्टांग हृदय संहिते'मध्ये अष्टांग संहितेतील श्लोक उदारपणे उद्धृत केले आहेत आणि लेखकाचे नाव न घेताही वाग्भट्ट हे दोन नसून एक आहेत, असे दिसते. दोन्ही ग्रंथांच्या शैलीत काही फरक असण्याचे कारण असे दिसते की 'अष्टांग संग्रह' ही वाग्भटाची सुरूवातीची रचना आहे, तर ती नंतर 'अष्टांग संहिते'मध्ये प्रकट झाली आहे. त्यात त्यांनी आपले विचार अधिक परिपक्वतेने आणि परिपूर्णतेने व्यक्त केले आहेत.

कारण काहीही असले तरी वाग्भट्टांच्या 'अष्टांग संग्रह' या पुस्तकाची चर्चा अधिक झाली आहे. सहा भागात विभागलेल्या या पुस्तकात एकूण १५० प्रकरणे आहेत. शरीर आणि आरोग्याशी निगडित असा कोणताही पैलू वाग्भट्टाच्या तीक्ष्ण नजरेतून सुटला नाही. पुस्तकात केवळ रोगांचे वर्णन आणि व्याख्याच नाही तर विषयांचे वर्गीकरणही पूर्णपणे वैज्ञानिक आहे.

पहिल्या विभागात, जीवन आणि आरोग्याच्या जागरूकतेबद्दल अधिक सामान्य चर्चा आहे. दैनंदिन जीवनात अनेक उपयुक्त गोष्टी उपयोगी पडतात. दीर्घायुष्य कसे मिळवावे, विद्यार्थ्यांना वैद्यकीय शास्त्र कसे शिकवावे, विविध प्रकारच्या हिरव्या भाज्या आणि भाज्यांचे गुण किंवा तोटे काय आहेत, विष आणि रोग कसे शोधायचे आणि ते कसे टाळायचे, कुस्करणे, डोळयांच्या आजारांवर लेप लावून बरे करणे, इत्यादींचे वर्णन या विभागात अतिशय तपशीलवार आणि मनोरंजक पद्धतीने केले आहे.

दुसऱ्या भागात मानवी शरीरशास्त्राची शास्त्रीय माहिती अतिशय तपशीलवार दिली आहे. तिसरा विभाग मधुमेह, फोड येणे आणि त्वचाविकार याविषयी आहे. वाग्भट्ट रोगांच्या लक्षणांबद्दल सविस्तरपणे सांगतात, तसेच त्यांच्या निदानाचीही संपूर्ण माहिती देतात. चौथा विभाग शौच आणि उलट्या या विषयावर आहे, तर पाचव्या-सहाव्या विभागात मुलांच्या योग्य संगोपनाची माहिती आहे.

'अष्टांग संग्रह' प्रमाणेच वाग्भट्टाचा 'अष्टांग हृदय संहिता' हा ग्रंथही सहा विभागांत विभागलेला असून एकूण १२० प्रकरणे आहेत. या पुस्तकात वाग्भट्ट, धन्वंतरी, चरक, सुश्रुत आदी प्रसिद्ध वैद्यकशास्त्राज्ञांची मते सविस्तरपणे उद्धृत करून निरोगी राहण्याच्या पद्धतींसह आयुर्वेदाची संपूर्ण माहिती मनोरंजक शैलीत दिली

आहे. विशेषतः त्यांनी वैद्यकीय शास्त्राची तत्त्वे अतिशय सोप्या पद्धतीने समजावून सांगितली आहेत.

शारंगधर, चक्रपाणी दत्त आणि भवमिश्र या त्यांच्या नंतर येणाऱ्या वैद्यक शास्त्रज्ञांनी त्यांच्या शब्दांचा अत्यंत आदराने उल्लेख केला आहे, यावरून वाग्भट्टाचे महत्त्व समजू शकते. सत्य हे आहे की प्राचीन भारतीय वैद्यकशास्त्राला भक्कम पाया देणाऱ्या महान शास्त्रज्ञांमध्ये वाग्भट्ट यांचाही समावेश होता, ज्यांचे महत्त्व दिवसेंदिवस वाढत आहे.

१ ३.

माधवकर

भारताचे प्राचीन वैद्य

(९००ई.स.)

प्राचीन भारतीय वैद्यकशास्त्रात माधवकर यांचे देखील महत्त्वाचे स्थान आहे. माधवकरांचे नावही माधवाचार्य किंवा विद्यारण्य होते. माधवकरांचे वैशिष्ट्य असे की त्यांच्याकडे रोगांचे निदान करण्यात मोठे कर्तृत्व किंवा प्रवीणता होती. म्हणूनच त्यांनी रचलेला 'रूग्विनिश्चया' हा प्रसिद्ध ग्रंथ 'माधव निदान' किंवा 'निदान' म्हणूनही ओळखला जातो.

माधवकरांचा जन्म दक्षिण भारतातील किष्किंधा नावाच्या ठिकाणी झाला, ज्याला आता गोलकुंडा म्हणून ओळखले जाते. माधवकरांना सायण नावाचा एक भाऊही होता, ज्याने ऋग्वेदावर सुंदर भाष्य लिहिले होते. माधवकर हे दक्षिण भारतातील विजयनगरच्या बलाढ्य राज्याचे मंत्री आणि मार्गदर्शक होते असे म्हटले जाते. त्यांनी खगोलशास्त्र इत्यादींवर पुस्तकेही लिहिली. म्हातारपणी ते संन्यासी बनले आणि त्यांनी समाजात नवजागरणाची लाट निर्माण करून समाजसुधारणा करण्यास सुरूवात केली.

माधवकरांच्या चिकित्सेचे सर्वात मोठे वैशिष्ट्य म्हणजे ते वैद्यकीय दिखाऊपणा किंवा विद्वत्तेच्या प्रदर्शनापेक्षा लोककल्याणाच्या भावनेवर आधारीत आहे. माधवकर हे एका महान डॉक्टरांप्रमाणे लोकांना निरोगी राहण्याचा किंवा त्यांच्या आरोग्याचे रक्षण करण्याचा मूळ मंत्र सांगतात, तसेच विविध आजार, त्यांची लक्षणे आणि त्यापासून मुक्त होण्याच्या पद्धतींविषयी सविस्तर माहिती देतात.

हे काही कमी आश्चर्यकारक नाही की इतर वैद्यक शास्त्रज्ञ रोगांच्या निदानाबाबत फारशी माहिती देऊन विषय संपवत असताना, माधवकर आणि त्यांच्या ग्रंथाचे मूळ उद्दिष्ट लोकांना सोप्या भाषेत रोगनिदानाची जाणीव करून देणे हे आहे. स्थूलपणे सांगायचे झाले तर, आदर्श डॉक्टरांनी लोकांच्या आरोग्याबाबत केलेली ही एक विशेष गोष्ट आहे.

चरक किंवा सुश्रुत यांच्या ग्रंथांची किंवा वैद्यकीय पद्धतींची तुलना केल्यास माधवकरांच्या काळातील वैद्यकशास्त्र निश्चितच अधिक प्रगत मानले जाईल. त्याचे कारण असे की, पूर्वीच्या ग्रंथांचे चांगले भाग व वैशिष्ट्ये समाविष्ट करण्यासोबतच वैद्यकीय शास्त्राच्या क्षेत्रातील सततचे प्रयोग, नवनवीन शोध आणि यश यांचाही समावेश करण्यात आला आहे. अशाप्रकारे, जटिलता तुलनेने कमी आहे आणि लोकांना थेट संबोधित करणाऱ्या डॉक्टरांची गुणवत्ता अधिक प्रमुख आहे.

माधवकरांच्या जीवनकाळाचा विचार करता त्यांचा जन्म वाग्भट्टानंतर आणि द्रधबल आणि वृंद यांच्या आधी झाला असे स्पष्टपणे म्हणता येईल. त्यामुळेच वाग्भट्टाने चरक आणि सुश्रुत यांचा उल्लेख केला आहे, पण माधवकरांचा उल्लेख नाही. तसेच माधवकरांच्या ग्रंथात द्रधबल आणि वृंद यांची चर्चा नाही. या दृष्टिकोनातून माधवकरांचे वास्तव्य नवव्या किंवा दहाव्या शतकात असावे असा अंदाज बांधता येतो.

विजयरक्षित आणि श्रीकंठदत्त यांसारख्या विद्वानांनी माधवकरांच्या ग्रंथावर भाष्ये लिहिली. यावरून भारतीय वैद्यकशास्त्रातील त्यांचे ऐतिहासिक महत्त्वही दिसून येते.

विचारांची मौलिकता आणि अनेक उत्तमोत्तम वैशिष्ट्यांमुळे या अद्वितीय संत आणि वैद्यक शास्त्रज्ञाचा आदरपूर्वक उल्लेख करायला भारतीय वैद्यकशास्त्राचे संशोधक आजही विसरत नाहीत.

१४.

द्रधबल

ज्यांनी चरकचे काम पुढे चालवले

(९०० ई.स.)

भारताच्या प्राचीन शास्त्रज्ञांमध्ये, काश्मिरी शास्त्रज्ञ द्रधबल यांचे नावही आदराने घेतले जाते. द्रधबळ यांचा वैद्यकशास्त्राचा अभ्यास अद्वितीय आहे. आपल्या या अफाट ज्ञानाचा आणि अभ्यासाचा उपयोग त्यांनी आपल्या काळानुसार आणि गरजेनुसार 'चरक संहिता' ची उजळणी करून नवीन, लोकप्रिय आणि अधिक प्रमाणिक रूप देण्यासाठी केला.

द्रधबल हे अतिशय हुशार आणि प्रतिभावान शास्त्रज्ञ होते. त्यांच्या वडिलांचे नाव कपिबल होते. द्रधबल यांचा जन्म ख्रिस्ताच्या नवव्या शतकात पंचनदपूर येथे झाला होता. हे ठिकाण श्रीनगरपासून सात मैलांवर आहे. वितस्ता, सिंधू, क्षीरभवानी, त्रिगामा आणि अनकारा या पाच नद्यांचा संगम या ठिकाणापासून अगदी जवळ आहे. म्हणूनच याला पंचनदपूर असे म्हणतात. लहानपणापासूनच द्रधबल यांचा कल वैद्यकशास्त्र इत्यादी प्राचीन ग्रंथांच्या अभ्यासाकडे गेला. विशेषतः 'चरक संहिता' हा त्यांचा आवडता ग्रंथ होता.

'चरक संहिता'चे प्राचीन स्वरूप आता उपलब्ध नाही आणि त्यातील अनेक महत्त्वाचे भाग पूर्णपणे नष्ट झाल्याचे पाहून द्रुधबल अस्वस्थ झाले. याशिवाय त्यांच्या अडचणीचे एक कारण म्हणजे 'चरक संहिता' हा ग्रंथ ज्या स्वरूपात उपलब्ध होता, तो अनन्यसाधारण ऐतिहासिक महत्त्व असूनही, त्या काळानुसार काहीसा मागासलेला

दिसत होता. सामान्य लोकांच्या आरोग्याच्या दृष्टीने अधिक उपयुक्त ठरू शकल्या असत्या, त्यांना थोडक्यात आटोपते घेतले होते आणि बऱ्याच गोष्टींवर अनावश्यक अशी सविस्तर चर्चा आणि गोंधळ होईल अशा पद्धतीने चर्चा केली गेली. या संदर्भात 'चरक संहिता' संपादित करण्याची गरज द्रधबलांना वाटली.

अखेर बराच विचार करून द्रधबल यांनी 'चरक संहिता' संपादित करण्याचा निर्णय घेतला. पण हे काम सोपे नव्हते. त्यासाठी त्यांनी वैद्यकीय ज्ञानाच्या नव्या-जुन्या सर्व पुस्तकांचे सखोल संशोधन करून त्यांच्याकडून त्यांच्या काळानुसार वैद्यकीय ज्ञानाच्या उपयुक्त गोष्टी गोळा केल्या. वैद्यकीय शास्त्राची अनेक प्राचीन दुर्मिळ पुस्तकेही त्यांनी मिळवली, ज्यातील शब्दनूशब्द त्यांनी वाचले आणि त्यावर मनन केले. मग ते 'चरक संहिता' संपादनाच्या अत्यंत गंभीर आणि जबाबदारीच्या कामात गुंतले.

द्रधबळ यांच्यासमोर यांच्या काळातील मनुष्य हा कसोटी म्हणून होता. म्हणजेच लोकांना रोग इत्यादींची माहिती देऊन रोगावर योग्य औषधोपचार करून त्यांच्या आरोग्याचे रक्षण करणे. या संदर्भात त्यांना अनेक ठिकाणी चरक संहितेचा अनावश्यक विस्तार कमी करावा लागला. सर्वसामान्यांसाठी महत्त्वाच्या आणि उपयोगी गोष्टी तिथे थोडक्यात हाताळल्या गेल्या, द्रुधबलांनी त्याबद्दल खूप तपशील देत मनोरंजकपणे लिहिले. याशिवाय 'चरक संहिता' पूर्ण करण्यासाठी वैद्यकीय शास्त्रातील इतर अस्सल ग्रंथांमधून आवश्यक साहित्य घेऊन ते 'चरक संहिता'मध्ये जोडून ते अधिक उपयुक्त आणि परिपूर्ण पुस्तक बनवले.

चक्रपाणी दत्त यांनी नंतर द्रधबल यांनी संपादित केलेल्या 'चरक संहिता' या पुस्तकावर भाष्य केले. त्यांनी या ग्रंथाला 'काश्मीर पथ' असे संबोधले कारण ते भारतीय वैद्यकशास्त्र आणि 'चरक संहिता'ची एक प्रकारचे काश्मिरी आवृत्ती होती. अर्थात, द्रुधबल यांच्या स्वतःच्या प्रतिभेचा आणि विचारवंत व्यक्तिमत्त्वाचाही खोल ठसा होता.

त्यामुळे द्रुधबळ त्यांच्या प्रयत्नात पूर्णपणे यशस्वी झाले. सत्य हे आहे की चरक संहितेचे रक्षण करून तिला परिपूर्णता प्रदान करण्यात द्रधबलाचे हे योगदान ऐतिहासिक महत्त्व आहे. 'चरक संहिता' हे आज आपल्यासाठी उपलब्ध असलेल्या द्रधबल यांनी संपादित केलेले पुस्तक आहे. या संदर्भात, या अपवादात्मक प्रतिभावान काश्मिरी शास्त्रज्ञाचे महत्त्व प्राचीन भारतीय शास्त्रज्ञांमध्ये अधिक वाढते.

१५.

नागार्जुन

भारताचे महान रसायनशास्त्रज्ञ

(९३१ ई.स.)

नागार्जुन यांना भारताचे महान रसायनशास्त्रज्ञ म्हटले जाते. त्याच्याबद्दल अशा अनेक कथा आहेत की देवतांशी त्यांची मैत्री होती आणि त्यांच्या बोलावण्यावरून ते पृथ्वीवर येत असत. त्याच्या अफाट कर्तृत्वाबद्दलही अनेक कथा आहेत आणि असे म्हटले जाते की ते धातूंना एकत्र करून किंवा रासायनिक क्रियेद्वारे त्यांना हवा असलेला कोणताही धातू तयार करू शकत असत. या संदर्भात, इतर कोणा भारतीय शास्त्रज्ञापेक्षा नागार्जुन यांच्या नावावर अनेक कथा ऐकायला मिळतात. यावरून हे निश्चितपणे कळते की नागार्जुन हे एक अद्भुत किमयागार होते आणि रासायनिक अभिक्रियांद्वारे धातूंचे वेगवेगळे संयुगे तयार करण्यात आणि अशा प्रकारे धातूंना नवीन रूप देण्यात त्यांना अद्भुत सिद्धता होती.

तसे पाहिल्यास आज नागार्जुनच्या जीवनाबद्दल फारशी माहिती मिळत नाही. त्यांचा जन्म गुजरातमधील सोमनाथजवळील देहक जिल्ह्यात ई.स.९३१ मध्ये झाला आणि ते अत्यंत हुशार होते. त्यांच्या अद्भुत प्रतिभेमुळे, लोक त्यांना एक चमत्कारी मूल मानत. अनेक महत्त्वाच्या ग्रंथांमध्ये त्याच्याबद्दल आश्चर्यकारक गोष्टी वाचल्या जातात. प्रसिद्ध प्रवासी अलबरूनी यांनी नागार्जुनचा उल्लेख मोठ्या आदराने केला असून ते रसायनांच्या किमयामध्ये परिपूर्ण होते, असे लिहिले आहे.

अलबरूनी यांनी नागार्जुनाच्या प्रसिद्ध ग्रंथ 'रस-रत्नाकर'चाही उल्लेख केला आणि सांगितले की, आत्तापर्यंतच्या सर्व ज्ञान-विज्ञानाचा सार आपल्याला नागार्जुनाच्या 'रस-रत्नाकर' या ग्रंथात मिळतो. नागार्जुनाने लिहिलेल्या इतर पुस्तकांमध्ये 'कक्षपुट तंत्र', 'आरोग्यमंजरी', 'योगसार' आणि 'योगशतक' या पुस्तकांचीही चर्चा आहे, पण 'रस-रत्नाकर' हा त्यांचा सर्वात प्रसिद्ध आणि अजरामर ग्रंथ आहे. याशिवाय नागार्जुनाचे आणखी एक महत्त्वाचे कार्य म्हणजे 'सुश्रुत संहिता' संपादित करणे हे आहे. बदललेल्या काळातील संशोधनातून मिळालेले अत्यंत महत्त्वाचे साहित्य त्यांनी 'सुश्रुत संहिता'मध्ये जोडले होते. आज आपल्याला मिळालेले 'सुश्रुत संहिता' चे रूप नागार्जुनाने केलेले सुधारित रूप आहे. यावरून असे दिसून येते की केवळ त्याच्याच काळातच नव्हे, तर नंतरच्या काळातही नागार्जुनची विद्वत्ता तितकीच लोकप्रिय होती आणि लोकांच्या मनात त्याच्याबद्दल नितांत आदर होता.

'रस-रत्नाकर'मध्ये लिहिलेल्या गोष्टी विद्वानांनाच नव्हे तर सर्वसामान्यांनाही आकर्षित करत असत. यातील नागार्जुनची भाषा इतकी आकर्षक आणि काव्यमय आहे की ती सर्वांनाच भुरळ पाडते. ज्ञानाची छोटीशी बाबही मोहक पद्धतीने कशी मांडायची हे त्यांना माहीत होते. नागार्जुनच्या भाषेचा एक नमुना असाही आहे, 'किती अदभूत आहे की वनस्पती अम्ल तथा बकरीच्या दुधात अनेकदा भिजवल्यावर लाल (रेड मर्क्युरिक सल्फाइड) चांदीला केसर सारखी सोन्याची चमक मिळते." अशाप्रकारे एका ठिकाणी ते स्पष्ट करतात की चांदीमध्ये काही विशेष रसायने मिसळल्यास त्याचे वजन त्याच्या सातपट वजनाच्या पदार्थात बदलते, त्याची चमक सूर्यासारखी असते.

नागार्जुन पाऱ्याची वेगवेगळी संयुगे बनवण्यात निपुण होते, पण त्यासाठी त्यांना दीर्घ ध्यान करावे लागले. एका ठिकाणी ते लिहितात की त्यांनी लोककल्याणासाठी सुमारे बारा वर्षे यक्षिणी देवीची आराधना केली. तेव्हा त्याला दैवी वाणी ऐकू आली, 'हे महान ऋषी ! तुला जे हवे आहे ते मी तुला देईन.' यावर नागार्जुनाने प्रार्थना केली, 'हे देवी, जर तू माझ्यावर प्रसन्न असशील तर मला पारा संयुगे बनवण्याची दुर्मिळ क्षमता दे.'

नागार्जुननेही पाऱ्याविषयी अशा अनेक आश्चर्यकारक गोष्टी सांगितल्या, ज्या आजही आपल्याला चकित करतात. पारा सेवनाने अनेक रोग बरे होतात आणि योग्य पद्धतीने सेवन केल्यास मनुष्याला अपार शक्ती आणि ऊर्जा मिळू शकते. याबाबतची माहिती नागार्जुनने अतिशय रंजकपणे दिली आहे.

नागार्जुनने आयुष्यभर संशोधन करून जे ज्ञान मिळवले ते पुढच्या पिढ्यांनी जपले. भारतीय ज्ञान-विज्ञान आणि संस्कृतीच्या विकासात त्यांचे मोठे योगदान आहे. नागार्जुनानंतरही वृंदा आणि चक्रपाणी सारखे किमयागार होते ज्यांनी त्यांचे कार्य पुढे नेले. पण ते वारंवार नागार्जुनचा 'किमया कलेचा महान मास्टर' असा उल्लेख करतात. वृंदा आणि चक्रपाणी या ग्रंथातील नागार्जुनाने लिहिलेल्या अनेक पुस्तकांचे उतारे आपल्याला सापडतात.

नागार्जुनाच्या सर्व निर्मिती आज उपलब्ध नसतील, पण आज जे काही आपल्याकडे उपलब्ध आहे, त्यावरून त्या काळातील या महान रसायनशास्त्रज्ञाबद्दलचा आपला आदर वाढतच चालला आहे.

१६.

वृंद

भारतातील प्राचीन रसायनशास्त्रज्ञ

(१०००ई.स.)

भारताच्या प्राचीन शास्त्रज्ञांमध्ये वृंद यांचीही चर्चा आहे. वृंद हे एक प्रमुख आणि विलक्षण रसायनशास्त्र होते ज्यांनी नागार्जुनचे रसायनशास्त्राचे पुढे चालवले. अशा प्रकारे त्यांनी भारतातील रसायनशास्त्राच्या विकासात महत्त्वाची भूमिका बजावली.

वृंद यांच्या जीवनाबद्दल फारशी माहिती आज आपल्याकडे उपलब्ध नाही. होय, त्याचा जन्म हजार वर्षांपूर्वी झाला होता, इतकाच अंदाज लावता येतो. या अंगाने विचार करता, त्यांचा जन्म प्रसिद्ध संत आणि शास्त्रज्ञ माधवकर यांच्यानंतर, तर चक्रपाणी दत्त यांच्या आधी झाला, असे म्हणावे लागेल. वृंद यांच्या मुख्य कार्याचे नाव 'सिद्ध योग' आहे, ज्यामध्ये वैद्यकीय रसायनशास्त्रा- संबंधी बरीच सामग्री आहे. या संदर्भात वैद्यकशास्त्राच्या इतिहासात वृंदचे नाव विसरता येणार नाही.

वृंद यांनी त्यांच्या 'सिद्ध योग' या पुस्तकात माणसाला निरोगी ठेवण्यास मदत करणाऱ्या रसायनांच्या तपशीलवार वर्णनासोबतच ते उपायही सांगितले आहेत, ज्यामुळे रोग आणि इतर शारीरिक विकार टाळता येतात. विविध रोगांचे तपशीलवार वर्णन देखील आहे ज्यातून औषधे मानवांसाठी उपयुक्त आहेत. वृंद यांनी धातूचे संयुगे कसे तयार करायचे याचे क्रमवारीने वर्णन केले आहे. त्याचप्रमाणे लोखंडाची राख कशी बनवायची, हे पण वृंद यांनी अगदी स्पष्टपणे सांगितले आहे. विशेष म्हणजे वृंद

यांनी दैनंदिन जीवनात वापरल्या जाणाऱ्या अशा अनेक गोष्टींची चर्चा केली आहे. उदाहरणार्थ, उवा मारण्यासाठी वापरले जाणारे औषध,

त्यात पाऱ्याचा वापर खूप उपयुक्त आहे. वृंद यांनी याबाबतही चर्चा केली आहे. वृंदच्या काळापर्यंत औषधांमध्ये पारा आणि गंधकाचा वापर खूप सामान्य झाला होता. त्यांच्या 'रसामृत चूर्ण' या पुस्तकाबद्दल वाचल्यावर ही गोष्ट स्पष्ट होते.

एकूणच, नागार्जुनाची परंपरा पुढे नेणारी वृंद हे एक उल्लेखनीय किमयागार होते. त्यांच्या 'सिद्ध योग' या ग्रंथाचे एक वैशिष्ट्य म्हणजे त्यात वृंद यांनी चरक, सुश्रुत, नागार्जुन, वाग्भट्ट आणि माधवकर या प्रख्यात शास्त्रज्ञांचे मत देखील मुक्तपणे उद्धृत केले आणि त्यांच्या ग्रंथातून भरपूर साहित्य उदारपणे घेतले. अशाप्रकारे वृंद यांच्या 'सिद्ध योग' या पुस्तकात भारताच्या रसायनशास्त्राच्या निरंतर विकासाच्या इतिहासातील अनेक उपयुक्त मांडणी आहेत. त्यामुळे भारतातील प्राचीन शास्त्रज्ञांमध्ये वृंद हे नाव आपोआपच महत्त्वाचे ठरते.

१७.

भास्कराचार्य

असामान्य प्रतिभावान गणितज्ञ

(१११४ ई.स.)

भास्कराचार्य हे देखील भारताच्या प्राचीन गणितज्ञांपैकी एक होते, ज्यांची विलक्षण समज आणि प्रतिभा आजही आपल्याला आश्चर्यचकित करते. विशेषतः बीजगणितात ते सिद्ध शिक्षक होते. जटिल गणिती समस्या सोडवण्यासाठी त्यांनी दिलेली अनोखी सूत्रे आजही वापरात आहेत. बाराव्या शतकात त्यांनी गणितातील शोध ज्या शिखरावर नेले ते आजही जगभरातील गणितज्ञांना आश्चर्यचकित करते. त्या काळात भास्कराचार्य ज्या उंचीवर पोहोचले होते तितके गणिताचे ज्ञान जगात क्वचितच कुठेही पोहोचले होते.

भास्कराचार्यांचा जन्म १११४ मध्ये महाराष्ट्रातील विज्जादवीड येथे झाला. त्यांच्या वडिलांचे नाव महेश्वर होते. महेश्वर स्वतः गणिताचे अभ्यासक होते. त्यांनी स्वतः भास्करला गणित शिकवले. भास्कर सर्व काही पटकन तर शिकून घेतलेच, पण नवीन गणिती सूत्रे शोधण्याच्या दिशेने त्यांची प्रतिभा वाढली. वयाच्या ३६ व्या वर्षी भास्करने त्यांचा गणिताचा महान ग्रंथ 'सिद्धांत शिरोमणी' रचला होता.

'सिद्धांत शिरोमणी' हा मोठा ग्रंथ आहे, ज्याचे चार भाग आहेत- पतिगणित किंवा लीलावती, बीजगणित, ग्रहगणिताध्याय आणि गोलाध्याय. पतगणित किंवा लीलावती या पहिल्या भागात अंकगणिताबद्दल अनेक मनोरंजक आणि नवीन गोष्टी सांगण्यात आल्या आहेत. असे म्हटले जाते की लीलावती ही भास्करची कन्या होती, जिला ते गणित

अतिशय मनोरंजकपणे शिकवायचे. म्हणून त्यांनी ग्रंथाच्या या भागाला लीलावती असे नाव दिले. या पुस्तकाच्या इतर भागांमध्ये बीजगणित देखील आहे, ज्यामध्ये बीजगणिताच्या तत्त्वांचा अतिशय तपशीलवार अभ्यास आहे. ग्रह-गणिताध्याय ग्रह इत्यादींच्या हालचालींचे वर्णन करतो, तर गोलाध्यायात वृत्त इत्यादींशी संबंधित गणनांची सूत्रे अतिशय मनोरंजक शैलीत लिहिलेली आहेत.

भास्करच्या पुस्तकाचा पहिला भाग लीलावती हा अनेक दृष्टिकोनातून अतिशय मनोरंजक आणि महत्त्वाचा आहे. यामध्ये आर्यभट्ट, ब्रह्मगुप्त इत्यादींनी आपल्या ग्रंथात सांगितलेले गणित इ.चे नियम सहज समजतील अशा पद्धतीने समोर ठेवले आहेत. प्रश्नांची रचनाही खूप गमतीशीर आहे, त्यात कथेसारखा रस आहे. उदाहरणार्थ, लीलावतीमध्ये दिलेला गणिताचा प्रश्न असा आहे, 'हंसांच्या समूहात, हंसांची एक जोडी पाण्यावर खेळत राहिली. त्या जोडीने पाहिले की दिशा परिवर्तनाने थकून एकूण समूहातील वर्गमूळाच्या अर्धेपेक्षा सातपट हंस किनाऱ्याकडे गेले. मला सांग, प्रिय मुली, गटात किती हंस होते ?"

अशाप्रकारे दुसऱ्या बीजगणिताच्या भागात बीजगणिताची पद्धती आणि त्या सिद्धांताची माहिती आहे, ज्यामुळे आपण मोठी मोठी गणितं सहज सोडवू शकू. या भागाचे सर्वात मोठे वैशिष्ट्य म्हणजे भास्कराचार्यांनी शून्याविषयी दिलेली माहिती. बाराव्या शतकातील शून्याविषयी भास्कर बरोबर सांगतात. त्यांना माहीत आहे की संख्येत शून्य जोडल्याने किंवा काढून टाकल्याने काही फरक पडत नाही, परंतु संख्येचा शून्याने गुणाकार केल्याने शून्य मिळते. त्याचप्रमाणे संख्येला शून्याने भागल्यास अनंतता मिळते. भास्कर अतिशय कौशल्याने हा मुद्दा समोर ठेवतात. ग्रंथाच्या तिसऱ्या भागात ग्रहगणित अध्यायात खगोलशास्त्राचे म्हणजे ग्रहांच्या हालचाली इत्यादींचे तपशीलवार वर्णन आहे. भास्करने ग्रहांच्या हालचालींचे कारण हवा मानले आहे. भास्करचा हा खगोलशास्त्रीय सिद्धांत आज आपण फारसा महत्त्वाचा मानत नाही. भास्करने दिवसाच्या लांबीबाबतही सूर्याच्या वेगाचे विश्लेषण केले आहे. गोलाध्याय या पुस्तकाच्या चौथ्या भागात वर्तुळाचा घेर, व्यास इत्यादींचा संबंध स्पष्ट केला आहे. वर्तुळ, त्रिकोण इत्यादी आकारांच्या परस्पर संबंधांबद्दलही अनेक मनोरंजक गोष्टी सांगितल्या गेल्या आहेत.

भास्करच्या ग्रंथाचे महत्त्व ओळखून मुघल सम्राट अकबराने या ग्रंथाचा पहिला भाग 'लीलावती' पर्शियनमध्ये अनुवादित करून घेतला. हा अनुवाद अबुल फजलने १५८७ मध्ये केला होता. तेव्हापासून भास्करच्या या आगळयावेगळया पुस्तकाची कीर्ती जगात कमी झाली नाही, उलट सतत वाढतच आहे.

१८.

भोज नरहरी

प्राचीन भारतातील महान जहाज तज्ज्ञ
(१२००ई.स.)

भोज नरहरीचे नाव फारसे प्रसिद्ध नाही. पण यामुळे त्याच्या कामाचे महत्त्व कमी होत नाही. भोज नरहरी जहाजबांधणीत निपुण होते. या क्षेत्रातील त्यांचा केवळ व्यापक अभ्यासच नाही तर नवीन शोध आणि सखोल समज आश्चर्यचकित करते.

भोज नरहरीचा जन्म बाराव्या शतकाच्या आसपास झाला. त्यांच्या आधीही एक भोज होऊन गेले असे त्यांनी त्यांच्या पुस्तकात लिहिले आहे. कदाचित ते अकराव्या शतकातील राजा भोजचा संदर्भ देत असावेत, जे एक यशस्वी राजा असून उत्तम लेखकही होते.

जहाज, त्याची रचना भोज नरहरीच्या जहाजावरील आगळयावेगळया ग्रंथाचे नाव, त्याची रचना आणि भिन्न वैशिष्ट्ये 'युक्ति कल्पतरू' असे आहे. या पुस्तकात, वेगवेगळया प्रकारच्या जहाजांच्या मनोरंजक वर्णनाबरोबरच, त्यांनी आम्हाला त्यांची नावे, आकार आणि विविध प्रकारच्या सजावटीबद्दल देखील सांगितले आहे.

'युक्ति कल्पतरू'मध्ये वेगवेगळया प्रकारच्या भांड्यांचे अनेक प्रकार, त्यांचे आकार, ते बनवण्यासाठी वापरण्यात येणारे लाकूड आणि बांधकामाच्या पद्धती या सर्व गोष्टी मोठ्या तपशीलाने आणि अधिकाराने लिहिलेल्या आहेत. ते वाचल्यानंतर प्राचीन काळी भारत हा जहाज कला आणि सागरी प्रवासाच्या बाबतीत खूप प्रगत देश होता यात काही शंका उरत नाही. येथील व्यापाऱ्यांच्या माध्यमातून ते आपला माल बाहेर पाठवून मागवूनही घेत असत. याशिवाय प्रवासासाठी आणि सागरी प्रवासाचा आनंद घेण्यासाठी जहाजेही बनवण्यात आली होती.

त्या काळी युद्धनौका आणि त्यांची रचनाही विकसित झाली होती आणि त्यांची बनावट वेगळ्या प्रकारची होती.

भोज नरहरीने आपल्या ग्रंथात जहाजांच्या दोन श्रेणींचे विस्तृत वर्णन केले आहे. पहिली श्रेणी सर्वसाधारण नदी प्रवासासाठी वापरल्या जाणाऱ्या जहाजांचे वर्णन करते. त्यांना सर्वसाधारण गटात ठेवण्यात आले आहे. तथापि, अगदी सामान्य श्रेणीतील जहाजांचेही त्यांच्या आकारमानानुसार वर्गीकरण करण्यात आले आहे. यातील सर्वात लहान पात्र 'क्षुद्र' सोळा हात लांब आहे, तर सर्वात मोठे 'मंथर' हे शंभर हात रूंदीचे आहे. भोज यांच्याच वर्णनानुसार त्याच्या प्रमाणात त्याची रूंदी आणि उंची देखील वाढते.

भोज नरहरीने त्याच प्रमाणात आपल्या समुद्री जहाजांच्या दोन मुख्य श्रेणी केल्या आहेत-लांब आणि प्रगत. या दोन्ही श्रेणींमध्ये, पुढील अनेक उपप्रकार आहेत. लांब पल्ल्याच्या जहाजांपैकी सर्वात लहान दीर्घिका आहे, ज्याची लांबी बत्तीस हात आहे आणि सर्वात मोठी 'वेगिनी' आहे ज्याची लांबी सेहात्तर हात आहे. त्याचप्रमाणे प्रगत प्रदेशातील जहाजे बत्तीस हात लांबीपासून शहाण्णव हात लांबीची आहेत. यातील सर्वात लहान म्हणजे 'उर्ध्व' आणि सर्वात मोठा 'मंथर' आहे.

भोज नरहरीने असेही सांगितले की अशा जहाजांचा उपयोग शाही खजिना आणि घोडे आणि स्त्रियां वाहून नेण्यासाठी केला पाहिजे, ज्यांचे मुख्य कक्ष शेवटच्या टोकापर्यंत असतात. त्याला सुवर्ण मंदिर असे म्हणतात. त्याचप्रमाणे मधले मंदिर असे जहाजही होते. भोज नरहरीने ही जहाजे बनवण्यासाठी वापरल्या जाणाऱ्या लाकडाबद्दल अनेक उपयुक्त गोष्टी सांगितल्या आहेत. भोज नरहरीचे जहाजांच्या रंगाचे आणि सजावटीचे वर्णन अतिशय मनोरंजक आहे, जे केवळ त्याचे ज्ञानच नाही तर त्याची कला आणि परिष्कृत सौंदर्यशास्त्र देखील दर्शवते.

भोज नरहरीचे वैशिष्ट्य म्हणजे त्यांनी आपल्या पुस्तकात जहाजबांधणी कलेच्या जवळपास सर्वच पैलूंची सविस्तर चर्चा केली आहे. त्यांच्याकडून चुकलेल्या जहाजाशी संबंधित माहिती क्वचितच बाकी असेल. जहाजांच्या बाबतीत भारत प्राचीन काळी फारसा प्रगतच नाही, तर विश्वगुरू होता. भोज नरहरी यांना वाचल्यावर हे लक्षात येते. मार्को पोलोनेही भारताच्या या अद्‌भूत कौशल्याचे आणि वैज्ञानिक ज्ञानाचे उत्साहाने वर्णन केले आहे. पण जहाजांबद्दल अशी पूर्ण आणि अधिकृत माहिती कोणत्याही एका पुस्तकात नव्हती. या दृष्टिकोनातून भोज नरहरी आणि त्यांच्या ग्रंथाचे महत्त्व अधिकच वाढते. प्राचीन ज्ञानात विशेष तज्ञ असलेल्या भोज नरहरीचे स्मरण करणे आज खरोखरच आपल्याला आनंद देणारे ठरते.

१९.

भावमिश्र

भारताचे मध्ययुगीन वैद्यकशास्त्र

(जन्म १६०० ई.स.)

भारताच्या मध्ययुगीन चिकित्सा शास्त्रात भावमिश्र हे अपूर्व प्रतिभाशाली चिकित्सक मानले जातात. त्यांनी आपले प्रसिद्ध पुस्तक 'भावप्रकाश' आणि त्यांच्या अद्वितीय वैद्यकीय तत्त्वांद्वारे भारतीय वैद्यकीय विज्ञान आणि त्यातील तत्त्वांना नवसंजीवनी दिली.

भारतीय विज्ञान प्राचीन काळी खूप प्रगत होते आणि मध्ययुगीन काळापर्यंत त्याचा ऱ्हास झाला होता असे सामान्यतः म्हणता येईल. असे म्हटल्यास ते चुकीचे ठरणार नाही. पण मधल्या काळात भावमिश्रासारखे विलक्षण वैद्यक शास्त्रज्ञ देखील होऊन गेले आहेत, त्यांनीच भारतीय आयुर्वेदाच्या कर्तृत्वाचा गौरव सर्वत्र पसरवला.

भावमिश्र यांचा जन्म बनारस येथे सोळाव्या शतकात झाला. त्यांच्या वडिलांचे नाव लटक मिश्र असे होते. भाव मिश्रने केवळ वैद्यकीय शास्त्रातील सर्व प्राचीन ग्रंथांचा गांभीर्याने अभ्यासच केला नाही, तर वैद्यकीय शास्त्राच्या अत्याधुनिक पद्धतीही अभ्यासून त्यामध्ये प्रावीण्य मिळवले. अल्पावधीतच भावमिश्राच्या नावाची कीर्ती सर्वत्र पसरली. ते त्यांच्या काळातील सर्वात योग्य आणि लोकप्रिय चिकित्सक मानले जात होते. त्यांच्या समान त्या काळात कोणीही चिकित्सक नव्हता.

भावमिश्रांनी त्यांच्या 'भावप्रकाश' या प्रसिद्ध पुस्तकात वैद्यकीय शास्त्रातील त्यांच्या अभ्यासाचे, ज्ञानाचे आणि अनुभवांचे सार समाविष्ट केले आहे. या पुस्तकात

भावमिश्रांनी मानवी शरीरशास्त्र, भारतीय वैद्यकशास्त्राची उत्पत्ती आणि विकास, आहारशास्त्र आणि मुलांचे रोग इत्यादींबद्दल अनेक उपयुक्त गोष्टी सांगितल्या आहेत. भावमिश्राची शैली अतिशय मनोरंजक आणि सुंदर आहे आणि ते आपला मुद्दा अगदी स्पष्टपणे सांगून पुढे जातात.

भावमिश्रांनी आपल्या ग्रंथात विविध ठिकाणी त्यांच्या पूर्वीच्या वैद्यकीय शास्त्रज्ञांचे मत उद्धृत केले आहे आणि प्रांजळ भाषेत त्यांचे अनुभव आणि विचारही लिहून ठेवले आहेत. भारतीय औषधांसोबतच त्यांनी इतर देशांच्या औषधांचाही उल्लेख केला आहे. यावरून असे दिसून येते की, भावमिश्रांच्या काळापर्यंत इतर देशांच्या वैद्यकीय पद्धतीचा प्रभाव आपल्या देशातही दिसून येत होता.

आणखी एक खास गोष्ट म्हणजे परदेशी तर आलेच पण त्यांनी त्यांच्यासोबत अनेक रोगांना देखील आणले. म्हणूनच एका रोगाला फिरंग रोग असे नाव पडले. भावमिश्राने या आजाराच्या तीन अवस्था सांगितल्या आहेत. त्यांच्या मते या आजारावर पहिल्या किंवा सुरूवातीच्या टप्प्यात उपचार करता येतात, पण दुसऱ्या आणि तिसऱ्या टप्प्यात त्यावर कोणताही उपचार करता येत नाही.

भावमिश्रांनी 'भावप्रकाश' नावाचा ग्रंथ देऊन भारतीय वैद्यकशास्त्राची मोठी सेवा केली. यावरूनच भारतीय वैद्यकशास्त्राचा सातत्यपूर्ण विकास कसा झाला हे समजते. याबरोबरच अनेक प्राचीन ज्ञान आणि औषधी इत्यादींची माहितीही नाहीशी झाली होती. 'भावप्रकाश' द्वारे आपल्याला या उपचार पद्धती पुन्हा कळतात आणि अशा प्रकारे प्राचीन भारतीय वैद्यकीय ज्ञानाच्या नूतनीकरणाचा हा एक दुर्मिळ योगायोग ठरला. या अर्थाने भारतीय वैद्यकशास्त्रातील भावमिश्राचे नाव आणि कार्य अविस्मरणीय आहे.

२०.

जहाँगीर

अद्वितीय पक्षी आणि खगोलशास्त्रज्ञ

(१५६९-१६२७)

मुघल सम्राट जहांगीर, एक महान ऐतिहासिक व्यक्ती, यांचे नाव देखील भारतातील प्रसिद्ध पक्षीशास्त्रज्ञांमध्ये समाविष्ट आहे. जहांगीरला अनेक युद्धे लढावी लागली. राज्यकारभाराची व्याप्ती तर होतीच, असे असूनही, पक्ष्यांबद्दल त्यांना इतके प्रेम होते की त्यांना केवळ पक्ष्यांचे रूप, आकार इत्यादीच नाही तर त्यांचा स्वभाव, सवयी आणि पुनरूत्पादन याबद्दलचे सूक्ष्म तपशील देखील माहित होते. सम्राट असूनही त्यांनी आयुष्याचा बराचसा काळ पक्षी निरीक्षणात घालवला. प्रसिद्ध चित्रकांराकडून त्यांनी पक्ष्यांची चित्रेही काढून घेतली. या संदर्भात त्यांचा अभ्यास किती खोल होता याचे अनेक ऐतिहासिक पुरावे मिळतात.

९ सप्टेंबर, १५६९ रोजी सम्राट अकबराची हिंदू पत्नी जोधाबाई हिच्या पोटी जन्मलेल्या जहांगीरचे निसर्गावरील प्रेम सर्वश्रुत आहे. लहानपणापासूनच त्यांना निसर्गाचे सानिध्य आवडत असायचे. माठे झाल्यावरही त्यांची ही आवड कमी झाली नाही. त्यात आणखीणच पक्षी-प्रेमाची भर पडली, जे नंतर अशा वैज्ञानिक अभ्यासात बदलले की जहांगीरची गणना जगातील सर्वात प्रसिद्ध पक्षीशास्त्राज्ञांमध्ये केली जाते. जहांगीर जिथे जायचे, तिथल्या सुंदर पक्ष्यांचा अभ्यास करून त्यांच्याबद्दलची सर्व माहिती सविस्तरपणे गोळा करायचे, त्याच्यांकडे स्वतःचे असे एक प्राणीसंग्रहालय

होते, ज्यामुळे त्यांना पक्ष्यांचे निरीक्षण करणे सोपे जायचे. पक्ष्यांचा स्वभाव किंवा सवयी जाणून घेण्यासाठी त्यांना प्राणीसंग्रहालयात तासनतास बसून छोट्या छोट्या गोष्टींच्या नोंदी घ्याव्या लागल्या. मग ते काही निष्कर्षापर्यंत पोहोचत आणि त्यांना खरा आनंद आणि समाधान मिळे. त्यांचे हे निष्कर्ष आणि तपशील आजही इतके बरोबर आणि महत्त्वाचे वाटतात की प्रसिद्ध पक्षीशास्त्रज्ञ सलीम अली यांना चकित होऊन म्हणावे लागले, 'सम्राट जहांगीरच्या आठवणी त्या काळातील भारतातील नैसर्गिक विज्ञानाच्या ज्ञानकोषाप्रमाणे आहेत.'' 'जहांगीरने पक्ष्यांच्या स्वभावाचे वर्णन अशा रंजक पद्धतीने केले आहे की आजही पक्ष्यांच्या जगाशी जवळीक साधण्याची आपल्यात आवड निर्माण होते. उदाहरणार्थ, त्यांनी सांगितले की सारस जोडीचे नर आणि मादी दोघेही आळीपाळीने अंडी उबवतात. या अंड्यांमधून पिल्लं कशी बाहेर पडतात आणि नर आणि मादी सारस त्यांची काळजी कशी घेतात, याचे वर्णनही जहांगीरने अतिशय रंजक पद्धतीने केले आहे. या गोष्टी आजही वैज्ञानिक अभ्यासाच्या दृष्टीने अतिशय उपयुक्त आहेत आणि त्यांची सत्यता सर्वांनाच मान्य आहे.

जहांगीर यांचे पक्षीनिरीक्षण क्षेत्रातील मोठे योगदान आहे. त्यांनी आपल्या काळातील महान चित्रकारांना बोलावून पक्ष्यांची चित्रे काढण्यास सांगितले. चित्रकारांना बक्षीस देऊन ही चित्रे जतन करण्यात आली. या चित्रांच्या आधारे अनेक पक्ष्यांबद्दल नवीन गोष्टी कळल्या. आपल्याला अशा पक्षांचीही माहिती झाली जे जहांगीरच्या काळात होते, पण आज नाहीत. असाच एक पक्षी डोडो होता, जो त्याला मॉरिशसच्या एका व्यापाऱ्याने भेट म्हणून दिला होता. जहांगीरने त्याचे चित्र त्या काळातील प्रसिद्ध चित्रकाराकडून काढून घेतले. असेच एक चित्र पक्षीतज्ज्ञांच्या नजरेतून गेल्यावर ते थक्क झाले. जहांगीरचे पक्षीनिरीक्षण आणि पक्षीप्रेमाचे महत्त्व त्यांनी अत्यंत आदराने स्वीकारले.

त्याचप्रमाणे खगोलशास्त्रज्ञ म्हणून जहांगीरची निरीक्षणे, निष्कर्ष आणि नोंदी आज ऐतिहासिक कागदपत्रांप्रमाणे आहेत. त्यांनी चंद्रग्रहण, सूर्यग्रहण इत्यादींचा तपशील तर ठेवलाच, शिवाय धूमकेतूंबद्दलची त्यांची अनेक निरीक्षणे आज ऐतिहासिक पुरावा म्हणून वापरली जातात.

२८ ऑक्टोबर १६२७ रोजी जहांगीरचा मृत्यू झाला. पण इतिहासात त्याचे नाव मोठे सम्राट-तसेच एक पक्षी- वैज्ञानिक आणि खगोलशास्त्रज्ञ ते विशेष आदरास पात्र आहेत. पक्षीनिरीक्षण आणि अवकाश आणि निसर्गाचा शास्त्रोक्त

अभ्यास यांसारख्या गोष्टी इतक्या विलोभनीय आहेत की सम्राटही आपल्या राजवटीला विसरून नम्र आणि जिज्ञासू विद्वान बनू शकतो, हेही यातून दिसून येते.

यावरून हे देखील सिद्ध होते की या जगात वैविध्यपूर्ण, रंगीबेरंगी रूपे आणि सुंदर प्रतिमा असलेल्यांचे इतके विलक्षण आकर्षण आहे की शतके उलटून गेली तरी ती तशीच आहे. मोठ मोठे राजे येतात आणि जातात, पण निसर्गाचे हे सुंदर आकर्षण आणि ज्यांना ते आवडते ते लोक नेहमी लक्षात रहातात.

२१.

सवाई राजा जयसिंह द्वितीय

भारत के खगोलशास्त्र के विद्वान

(१६८६-१७४७)

प्राचीन काळात भररतीय खगोलशास्त्रज्ञ ज्या उंचीवर आणि परिपूर्णतेवर होते, नंतर ते तसे राहिले नाही. अनेक विद्वान मध्ययुगीन काळ हा भारतीय विज्ञान आणि खगोलशास्त्राच्या अधोगतीचा काळ मानतात. तथापि, १८ व्या शतकात भारतीय खगोलशास्त्रातील उपलब्धी समजून घेऊन आणि पूर्व आणि पश्चिमेचे ज्ञान एकत्रित करून या दिशेने प्रगती करण्याचे अनेक ऐतिहासिकदृष्ट्या महत्त्वपूर्ण प्रयत्न देखील आहेत. या युगात खगोलशास्त्रातील संशोधन आणि अभ्यासातून भारतीय खगोलशास्त्राला नवा आकार देणारे सम्राट सवाई जयसिंग द्वितीय यांचे नाव विसरता येणार नाही. वेळ, सूर्य आणि ताऱ्यांची स्थिती जाणून घेण्यासाठी त्यांनी काही अद्भूत उपकरणे शोधून काढली आणि विविध ठिकाणी जंतरमंतर उभारून लोकांना खगोलशास्त्राकडे आकर्षित केले.

१६८६ मध्ये जन्मलेले जयसिंग हे राजघराण्यातील असूनही अतिशय अभ्यासू आणि विद्वान होते. त्यांनी मुघल सम्राट औरंगजेबशी मैत्री केली. औरंगजेब त्यांच्या कुशाग्र बुद्धीचा आणि शौर्याचा प्रशंसनीय होता. औरंगजेबाच्या मृत्यूनंतर मोहम्मद शाह गादीवर बसला. काही काळानंतर राजा जयसिंहने जयपूर हे सुंदर शहर वसवले. त्याचा बंदोबस्त करण्यासाठी त्यांना त्यांचे गुरू पंडित जगन्नाथ यांचे मार्गदर्शन लाभले. जयपूरची स्थापना स्थापत्यशास्त्राच्या दृष्टिकोनातून अतिशय उत्कृष्ट आणि

सुंदर आहे. दरम्यान, राजा जयसिंगने जगातील प्रसिद्ध खगोलशास्त्रज्ञांची पुस्तके मागवून त्यांचा अभ्यास सुरू केला. टॉलेमी, उलुगबेग, जॉन फ्लेक्सटीड इ. जगप्रसिद्ध खगोलशास्त्राज्ञांची पुस्तके त्यांच्या संग्रहालयात होती ज्याचा त्यांनी सखोल अभ्यास केला. या ग्रंथांचा अभ्यास केल्यावर राजा जयसिंग यांनी दुर्बीणही मागवली. त्यांनी स्वतः दुर्बिणही बनवायला सुरूवात केली. राजा जयसिंग यांना अंतराळातील चंद्र आणि ताऱ्यांच्या स्थिती आणि हालचालींचे निरीक्षण करण्याची विलक्षण तळमळ होती. आपल्या सगळया व्यस्ततेतून वेळ काढून ते अंतराळाचा अभ्यास करीत असत. त्यांचा अभ्यास इतका अचूक होता की त्यांनी चंद्र आणि ताऱ्यांच्या हालचालींसंबंधीच्या आधीच्या मतांच्या आकडेवारीतील त्रुटी शोधून काढल्या. यानंतर त्यांनी चंद्र, सूर्य आणि ताऱ्यांची स्थिती आणि हालचालींचा अभ्यास करण्यासाठी दिल्लीत जंतरमंतर बांधले आणि खगोलशास्त्रावरील त्यांचे प्रसिद्ध पुस्तक 'जिन मोहम्मद शाही' प्रकाशित केले. यानंतर त्यांनी इतर अनेक शहरांमध्ये जंतरमंतर बांधले. राजा जयसिंगने त्याची मुख्य कल्पना उलुगबेगकडून घेतली. त्यांनी बांधलेल्या जंतरमंतरची रचना उलुगबेगच्या वेधशाळेशी मिळीजुळती आहे.

राजा जयसिंग यांनी त्यांच्या वेधशाळेत शोधून काढलेली आणि त्यांच्या गृहीतकेनुसार बनवलेली मूलभूत साधने म्हणजे सम्राट-यंत्र, राम-यंत्र आणि जयप्रकाश. याच्या मदतीने सूर्याची उंचीही मोजता येते. ताऱ्यांची उंची आणि त्यांची स्थिती रामयंत्रावरून कळते. जयप्रकाशच्या मदतीने सर्व ग्रहांची स्थिती मोजली जाऊ शकते. जयसिंगने आपल्या मूळ कल्पनेनुसार ही यंत्रे विकसित केली. यामुळे ते त्यांच्या काळात अधिक योग्य आणि शुद्ध मानले जाऊ शकले. हेच कारण आहे की या यंत्रांच्या आधारे जयसिंग यांनी केलेली निरीक्षणे आणि तक्ते बनवली, ती जगप्राजा जयसिंग यांना खगोलशास्त्रज्ञ म्हणून काही स्पष्ट मर्यादाही आहेत. आत्तापर्यंत पृथ्वीला खगोलशास्त्राचे केंद्र मानून अभ्यास केला जात होता आणि असे मानले जात होते की सर्व खगोलीय पिंड पृथ्वीभोवती फिरतात. परंतु महान खगोलशास्त्रज्ञ कोपर्निकसने आपल्या क्रांतिकारक निष्कर्षांद्वारे सिद्ध केले की विश्वाचे केंद्र पृथ्वी नसून सूर्य आहे आणि सर्व ग्रह सूर्याभोवती फिरतात. पृथ्वी स्थिर आहे हा समज चुकीचा आहे. कोपर्निकसची ही क्रांतिकारी कल्पना राजा जयसिंगच्या काळात समोर आली होती. तरीही, राजा जयसिंग यांनी खगोलशास्त्राच्या पृथ्वीकेंद्रित गृहीतकावरच आपले विचार आणि संकल्पना मांडल्या.

पुरोहितांच्या भीतीपोटी त्याने हे कृत्य केले असण्याची शक्यता आहे, कारण बहुतेक धार्मिक ग्रंथांमध्ये पृथ्वी स्थिर असल्याचे दाखवले आहे आणि सूर्य आणि चंद्र तिच्याभोवती फिरतात. वस्तुस्थिती काहीही असली तरी एक प्रतिभावान खगोलशास्त्रज्ञ असूनही आपल्या धारणेत सुधारणा न करणे ही त्यांची कमजोरी मानली जाईल. आश्चर्याची गोष्ट म्हणजे, त्याची अनेक निरीक्षणे अचूक आहेत. त्यांची जंतर मतंरची गणना आज देखील वैज्ञानिकदृष्ट्या योग्य आणि उपयुक्त आहेत. हे एक खगोलशास्त्रज्ञ म्हणून त्यांचा स्वभाव आणि विलक्षण प्रतिभा दिसते.

२ ऑक्टोबर, १७४३ रोजी या विलक्षण खगोलशास्त्रज्ञ सम्राटाचे निधन झाले. अर्थात, जेव्हा जेव्हा भारतातील महत्त्वाच्या खगोलशास्त्रज्ञांची चर्चा होईल तेव्हा त्यात सवाई राजा जयसिंग द्वितीय यांचे नाव नक्कीच घेतले जाईल. त्यांनी खरोखरच प्राचीन खगोलशास्त्र आणि आधुनिकता यांच्यातील एक सार्थक दुवा म्हणून काम केले.

२२.

पठाणी सामंत

एकोणिसाव्या शतकातील महान खगोलशास्त्रज्ञ

(१८३५-१९०४)

पठाणी सामंत, १९व्या शतकातील महान खगोलशास्त्रज्ञ, त्यांचे अदभूत व्यक्तिमत्व आणि कार्य असूनही ते जवळजवळ अज्ञातच राहिले. त्यांच्या महान कर्तृत्वाबद्दल आणि कार्याबद्दल फार कमी लोक परिचित आहेत, तर जगातील अनेक नामांकित शास्त्रज्ञांमध्ये त्यांची गणना एक आश्चर्य मानली जाते. यावरून भारतीय शास्त्रज्ञांचे कार्य, जीवन-संघर्ष आणि कर्तृत्वाकडे भारतीयांचा दृष्टिकोन कसा उदासिन आणि निष्काळजीपणाचा आहे हे दिसून येते.

पठाणी सामंत यांचे पूर्ण नाव महामहोपाध्याय पंडित सामंत चंद्रशेखर हरिचंदन महापात्रा असे होते. पण बहुतेक लोक त्यांना पठाणी सामंत म्हणायचे. पाश्चिमात्य जीवनपद्धतीपासून पूर्णपणे भिन्न असलेल्या ओडिशाच्या जंगलात राहून भारतीय खगोलशास्त्राचा अभ्यास करून आणि केवळ डोळयांनी निरीक्षण करून त्यांनी असे आश्चर्यकारक निष्कर्ष काढले आणि खगोलीय तत्त्वे शोधून काढली, की आजच्या काळात आश्चर्यचकित झाल्याशिवाय राहावत नाही. ज्यांच्याकडे साधे घड्याळही नव्हते, अशा व्यक्तीकडे दुर्बीण असण्याचा प्रश्नच नव्हता, हे कळल्यावर तर आश्चर्य आणखीच वाढते. आपल्या उघड्या डोळयांनी सर्व काही पाहून, ते शिकले, वारंवार केलेल्या निरीक्षणातून निष्कर्ष काढला आणि अपार प्रयत्नाने त्यांनी प्राचीन भारतीय विद्वानांचे सिद्धांत आणि त्रुटी केवळ दाखवल्याच नाहीत तर त्या दूर करून, नवीन

तत्त्वे निर्माण करून दाखवली. यातून अवकाशातील अनेक रहस्ये आणि ग्रहांच्या हालचाली उलगडल्या.

१ ३ डिसेंबर १ ८ ३ ५ रोजी ओडिसाच्या खंडापाडा राज्यात जन्मलेले पठाणी सामंत लहानपणापासूनच निसर्गप्रेमी होते आणि त्यांना निसर्ग आणि अवकाशाच्या प्रतिमा पाहण्याची खूप आवड होती. यामुळे त्याच्यांमध्ये ग्रह-उपग्रह आणि अंतराळ विज्ञान या विषयात रस निर्माण झाला. या संदर्भात त्यांना कोणत्याही पात्र विद्वानाचे मार्गदर्शनही मिळाले नाही. पण होय, प्राचीन विद्वान आणि खगोलशास्त्राज्ञांच्या पुस्तकांनी त्यांना खूप मार्गदर्शन केले.

पठाणीचे आजोबा खांडपाडाचे राजा होते. पण राजघराण्यातील असूनही त्यांना राज्याकडून कोणतीही मदत मिळाली नाही आणि बहुधा त्याची इच्छाही नव्हती. राजघराण्यातील सर्व अभिमानापासून मुक्त होऊन ते आपल्या नादात तल्लीन राहिले. आपल्या पद्धतीने अभ्यास केला आणि आपल्या पद्धतीने जगले. त्यांच्याकडे प्रतिभेची अफाट ताकद होती. त्यामुळे ते ज्यांच्या संपर्कात येत ते त्याच्या कर्तृत्वाने नक्कीच थक्क होत असत. विशेषतः महामहोपाध्याय महेशचंद न्यायरत्न हे त्यांच्या खगोलशास्त्र आणि विद्वत्तेने खूप प्रभावित झाले होते. पठाणी सामंत यांना भेटल्यानंतर विजेसारखी लखलखणारी प्रतिभा असलेली व्यक्ती आपल्यासमोर उभी आहे, असे त्यांना वाटले. पण त्यांना स्वतःला खगोलशास्त्राची फारशी माहिती नव्हती. म्हणूनच त्यांनी त्यांचे मित्र योगेशचंद राय यांना पठाणी सामंत यांच्या शब्दांची सत्यता तपासण्यास सांगितले.

योगेशचंद राय यांना पठाणी सामंत यांचे म्हणणे ऐकून त्यामागील तत्त्वे आणि त्यामागील खोल गांभीर्याने अभ्यास समजला, तेव्हा त्यांना आश्चर्य वाटले. पठाणी सामंत यांची तत्त्वे इतकी तार्किक आणि बरोबर होती की त्यांना सुशिक्षित समाजात त्याचा प्रचार करणे आवश्यक वाटले, जेणेकरून लोकांना भारतीय खगोलशास्त्रातील उपलब्धी, सतत संशोधन आणि त्याची उंची यांची ओळख व्हावी. पण पठाणी सामंत जेवढे अभ्यासात बुडलेले होते, तेवढेच त्यांना प्रसिद्धीपासून दूर राहावे लागले. मग शेवटी योगेशचंद राय यांनीच त्यांच्या विचार आणि त्यांच्या पुस्तकाला त्यांच्या संपादकीय नोंदीसह प्रकाशित केले. आणि मग पठाणी सामंत यांचे तेज भारतातील आणि जगाच्या शास्त्रज्ञांनी पाहिली. आश्चर्य म्हणजे त्यांच्याकडे साधनसामग्रीची कमतरता असूनही पठाणी सामंत यांनी केवळ नेत्रनिरीक्षणातून काढलेले निष्कर्ष अगदीच अचूक होते. खगोलशास्त्रातील त्यांची तळमळ आणि कार्य किती खोलवर होते, हे यावरून स्पष्ट होते की सूर्य किंवा चंद्रग्रहण दिसण्याची जिथे शक्यता होती

तिथे ते मैल मैल चालून सूर्य, चंद्र आणि आकाश यांच्या स्थानांचा अभ्यास करत असे. यासाठी त्यांनी स्वतःसाठी काही अतिशय मौलिक यंत्रेही बनवली होती, ज्याद्वारे त्यांनी दुर्बिणीची कमतरता बऱ्याच अंशी भरून काढली होती.

पठाणी सामंत यांनी त्यांच्या खगोलशास्त्राच्या संपूर्ण अभ्यासाला 'सिद्धांत दर्पण' या पुस्तकात स्वरूप दिले आहे, हा एक अनोखा ग्रंथ आहे. यामध्ये खगोलशास्त्रीय अभ्यास आणि प्राचीन विद्वानांच्या सिद्धांतांवर भाष्ये आहेत, त्यातील दुरूस्त्या आहेत आणि नंतर नवीन सुधारीत सिद्धांत देखील दिले आहेत. पठाणी सामंत यांनी हा ग्रंथ संस्कृत भाषेत तळहातावर लिहिला, पण त्यांची लिपी ही उडिया लिपी होती. पुढे त्यांची भाषांतरे इंग्रजीत प्रसिद्ध झाली, त्यामुळे जगातील इतर शास्त्रज्ञांचेही लक्ष त्यांच्याकडे गेले.

'नेचर' आणि 'नॉलेज' सारख्या आंतरराष्ट्रीय महत्त्वाच्या ज्ञान-विज्ञान मासिकांनी पठाणी सामंत यांच्या कार्याची, कर्तृत्वाची आणि त्यांच्या अद्वितीय खगोलशास्त्राची प्रशंसा केली आहे. पुढे पठाणी सामंत यांच्या नातवाने त्यांचे चरित्र लिहिले, त्यानंतर त्यांच्या जीवनसंघर्षाची आणि अडचणींची माहिती झाली, त्यातून पार पडलेल्या आणि अपार यातना सहन करत या महान खगोलशास्त्रज्ञाने त्यांची तत्त्वे शोधून काढली. जर्मनी, ब्रिटन, फ्रान्स, अमेरिका यांसारख्या देशांतील शास्त्रज्ञांनी पठाणी सामंत यांच्यावर लिहिलेले हे पुस्तक मागवले आणि त्यांच्या जीवनावर व कार्यावर संशोधनाची दीर्घ प्रक्रिया सुरू झाली.

पठाणी सामंत यांनी रात्रीचे आकाश पाहण्यासाठी बांबू आणि लाकडाच्या साह्याने बनवलेली छोटी यंत्रे त्यांची वैज्ञानिक समज आणि महत्त्व दर्शवतात. निदान आधुनिक युगात त्यांच्यापेक्षा मौलिक कल्पना असलेला दुसरा खगोलशास्त्रज्ञ झालेला नाही. ११ जून १९०४ रोजी त्यांचे निधन झाले. अशा असामान्य खगोलशास्त्रज्ञाबद्दल आपल्या भारतीयांना फार कमी माहिती आहे ही खेदाची गोष्ट आहे !

२३.

सर गंगाराम

भारताचे महान दूरदर्शी अभियंता

(१८५१-१९२७)

दूरदर्शी अभियंत्यांमध्ये सर गंगाराम यांचे नाव भारताच्या त्या प्रतिभाशाली, दूरदर्शी अभियंत्यांमध्ये मोठ्या आदराने घेतले जाते, ज्यांनी वैज्ञानीकदृष्ट्या संपन्न एक नवीन आणि औद्योगिक भारताचा पाया घातला. ते एक महान देशभक्त होते, परंतु वैज्ञानिक प्रगतीशिवाय भारताची प्रगती होऊ शकत नाही यावर त्यांचा विश्वास होता. ते म्हणाले की, देशातील लोकांच्या पोटात भूक असेल तर तो देश कधीच प्रगती करू शकत नाही. आणि लोकांचे पोट भरण्यासाठी देशातील उद्योगधंदे विकसित करावे लागतील. सर गंगाराम हे इतके हुशार अभियंता होते की त्यांच्याकडे देश उभारणीचे मोठे प्रकल्प सोपवले गेले आणि त्यांनी अशा आश्चर्यकारक गोष्टी केल्या की त्यांच्या यशाने ब्रिटीश सरकार देखील मोहित झाले. त्यामुळेच त्यांना 'सर' या उपाधीने गौरविण्यात आले.

१३ एप्रिल, १८५१ रोजी पंजाबमधील शेखूपुरा जिल्ह्यातील मंगतवाली गावात जन्मलेले गंगाराम लहानपणापासूनच अतिशय हुशार आणि अभ्यासू होते. सुरूवातीपासूनच त्यांना एक विलक्षण बालक मानले जात असे. त्यांचे वडील लाला दौलतराम पोलिसात होते. पुढे ते अमृतसरला आले. गंगाराम यांनीही आधी अमृतसर आणि नंतर लाहोरमध्ये शिक्षण घेतले. रूडकीच्या थॉमसन अभियांत्रिकी महाविद्यालयात त्यांनी अभियांत्रिकीचे शिक्षण घेतले. त्यानंतर त्यांनी लाहोरमध्ये सहाय्यक अभियंता

म्हणून काम सुरू केले. काही काळानंतर अमृतसर-पठाणकोट रेल्वेमार्ग टाकण्याची योजना आखण्यात आली, त्यानंतर ती पूर्ण करण्याची जबाबदारी सर गंगाराम यांच्यावर देण्यात आली. ते त्यांनी अतिशय कुशलतेने पार पाडले. काही काळानंतर ते लाहोरमध्ये कार्यकारी अभियंता झाले आणि त्यांनी हीरामंडी वॉटरवर्क्स, मेयो स्कूल ऑफ आर्टस् चर्चसह अनेक प्रसिद्ध इमारती पूर्ण केल्या. या नोकरीतून निवृत्त होऊनही त्यांची पावले थांबली नाहीत. त्यांच्या प्रतिभेने प्रभावित होऊन त्यांना पटियाला येथे बोलावण्यात आले. तेथे त्यांनी मोतीबाग पॅलेस आणि सचिवालयासह अनेक ऐतिहासिक महत्त्वाच्या इमारती बांधल्या. तसेच मालवीय यांनी बनारस हिंदू विद्यापीठाच्या उभारणीसाठी सल्ला देण्याची विनंती केली. त्याच्या सूचनांनुसार त्या ठिकाणची इमारत रचना करण्यात आली होती.

पण गंगारामच्या आयुष्यातील महत्त्वाचे काम अजून व्हायचे होते. ही अशी जादूई कृती होती ज्याने पुढे भारतभर हरितक्रांतीची बीजे पेरली. सर गंगाराम यांनी पाहिले की पंजाबच्या जमिनीचा मोठा भाग सिंचनाच्या साधनां अभावी नापीक पडून आहे. कारण नद्यांच्या पृष्ठभागापेक्षा जमीन खूप उंच होती. नदीच्या पाण्याने सिंचन कसे करावे ? गंगाराम म्हणाले की, आज अभियांत्रिकी अशा टप्प्यावर आली आहे की 'उत्कर्ष सिंचाई' म्हणजे पाण्याच्या पृष्ठभागापेक्षा कित्येक फूट उंच जमिनीचे सिंचन शक्य आहे. हे ऐकून सर्वांनाच आश्चर्य वाटले सर गंगाराम यांनी या संदर्भात प्रयोग करण्याविषयी सांगितले असता त्यांना या कामासाठी बरीच जमीन मिळाली. ही जमीन लायलपूरमध्ये होती आणि शहराच्या पाण्यापासून आठ ते नऊ फूट उंच होती. कडक उन्हाच्या दिवसातही रात्रंदिवस ते आपल्या कामात मग्न होते. तेथे मशिन्स आणणेही अवघड काम होते. पण कामाची नशा असणारे गंगाराम डगमगले नाहीत. अखेर त्यांनी तिथे असे पीक निर्माण करून दाखवले की लोकांना वाटले, हे वास्तव नाही, स्वप्न आहे. देशभरात त्यांचे सर्वत्र कौतूक होत होते. त्यानंतर केवळ पंजाबमध्येच नव्हे, तर देशाच्या इतर भागांमध्येही त्यांच्या सिंचन पद्धतीचा अवलंब करण्यात आला आणि संपूर्ण देशात हरितक्रांतीचा पाया घातला गेला.

यानंतर पाण्यापासून वीजनिर्मिती करण्याची कल्पना गंगाराम यांना सुचली. पंजाबमध्ये अनेक कालवे बांधले गेले आहेत, असे त्यांना वाटले. त्यांच्यापासून वीज का बनवता येत नाही ? त्यांचे काम पूर्ण करण्यासाठी सरकारने त्यांना खूप मोठी नापीक जमीन दिली आणि गंगाराम त्यांची स्वप्ने पूर्ण करण्यात व्यस्त झाले. रेणलाखुर्द येथे त्यांनी जलविद्युतगृह बांधले. ठिकठिकाणी लोखंडी खांब लावण्यात आले.

पण अडचण अशी होती की इथे फक्त दोन फूट उंचीवरून पाणी पडायचे, मग वीज कशी निर्माण होणार ? शेवटी त्यातून छोटा कालवा काढण्यात आला. मग व्यवस्था अशी झाली की सहा फुटांवरून पाणी पडू लागले. यानंतर विशेष प्रकारच्या टरबाइन बसवण्यात आले. वाफेवर चालणारी यंत्रे आणली. दूर दूर नाले, कालवे, पूल बांधले. आणि शेवटी सर गंगाराम यांनी इतक्या कमी उंचीवरून पडणाऱ्या पाण्यातूनही वीज निर्मिती करून दाखवून दिले. तो खरोखर एक आश्चर्यकारक वैज्ञानिक करिष्मा होता !

सर गंगाराम यांच्या मनात देशसेवेची प्रचंड तळमळ होती. त्यांच्याकडे जी काही वैज्ञानिक क्षमता होती, ती त्यांनी देशाच्या नवोपक्रमात वापरली. भारत औद्योगिकदृष्ट्या समृद्ध व्हावा, असे त्यांचे स्वप्न होते आणि ते त्यांनी त्यांच्यासमोर बरेच काही करून दाखवले. त्यांना गरिबीची वेदना माहीत होती, त्यामुळे गरीब आणि असहाय्य लोकांची सेवा करणे हीच त्यांना खरी देशभक्ती वाटत होती. गरीब आणि विधवांच्या मदतीसाठी त्यांनी अनेक संस्था निर्माण केल्या. विद्यार्थ्यांना शिक्षणात प्रोत्साहन देण्यासाठीही त्यांनी खूप काम केले.

देशातील जनतेला योग्य वैद्यकीय सुविधा मिळाव्यात आणि गरिबांवर उपचार व्हावेत या उद्देशाने सर गंगाराम यांनी ठिकठिकाणी रूग्णालये बांधली. आजही ही रूग्णालये सर गंगाराम ट्रस्ट अंतर्गत चांगले काम करत आहेत. यापैकी एक रूग्णालय दिल्लीतही आहे जे अतिशय प्रसिद्ध आणि प्रतिष्ठित आहे. मोठे मन आणि महान हेतू असलेले महान शास्त्रज्ञ सर गंगाराम आयुष्याच्या शेवटच्या क्षणापर्यंत तपस्वीसारखे आपल्या कार्यात मग्न राहिले. १० जुलै १९२७ रोजी वयाच्या ७६ व्या वर्षी त्यांनी अखेरचा श्वास घेतला. पण या महान द्रष्ट्या अभियंत्याने पाहिलेले नवीन, प्रगत भारताचे स्वप्न आज बऱ्याच अंशी पूर्ण झाले आहे.

२४.

जगदीश चंद्र बसू

आधुनिक भारतातील अग्रगण्य शास्त्रज्ञ

(१८५८-१९३७)

जगदीशचंद्र बसू यांची गणना आधुनिक भारतातील अग्रगण्य शास्त्रज्ञांत केल्या जाते. झाडे, वनस्पती आणि निर्जीव समजल्या जाणाऱ्या धातू व इतर पदार्थांमध्ये जीवसृष्टी असल्याचे सिद्ध करून विज्ञान जगतात जगदीशचंद्र बसू यांनी नवा इतिहास रचला. एकीकडे त्यांनी सजीव आणि निर्जीव यांच्यातील दरी कमी केली आणि दुसरीकडे विज्ञान आणि तत्त्वज्ञान यांच्यातील विभाजक रेषा दूर करून विज्ञानाला भारतीय विचार आणि तत्त्वज्ञानाच्या जवळ आणले.

जगदीशचंद्र बसू यांचा जन्म ३० नोव्हेंबर १८५८ रोजी बंगालमधील (आताचा बांग्लादेश) मेमनसिंग नावाच्या शहरात झाला. लहानपणापासूनच त्यांचे विविध प्रकारच्या प्राण्यांवर प्रेम होते. त्यांच्या स्वभावाचा आणि जीवनशैलीचा अभ्यास करायला त्यांना आवडायचे. जगदीश चंद्र बसू यांचे वडील भगवान चंद्र बसू हे उपजिल्हाधिकारी होते. त्यांना पाश्चात्य संस्कृती आवडत नव्हती. त्यामुळे सुरूवातीला जगदीशचंद्र बसू यांचे शिक्षण एका शाळेत झाले जेथे त्यांना आदिवासी आणि गरीब ग्रामीण मुलांसोबत राहण्याची आणि खेळण्याची संधी मिळाली. जगदीशचंद्र बसूंना ते आवडले आणि त्यांची अनेक मूल्ये इथे निर्माण झाली जी त्यांना आयुष्यभर मार्गदर्शन करत राहिली. नंतर त्यांना कलकत्ता येथील सेंट झेवियर्स शाळेत दाखल करण्यात आले. या ठिकाणी इंग्रजी आणि अँग्लो-इंडियन विद्यार्थी खूप होते, जे सुरूवातीला

जगदीशचंद्र बसूंची चेष्टा करायचे आणि त्यांना त्रास द्यायचे. एके दिवशी ते कंटाळले आणि त्यांना त्या दुष्ट बॉक्सर मुलाला मारावे लागले. मात्र त्यानंतर त्यांना त्रास देण्याचे धाडस कोणी दाखवले नाही. जगदीशचंद्र बसू यांचे पुढील शिक्षण सेंट झेवियर्स कॉलेजमध्ये झाले. इथेच त्यांची भेट प्रोफेसर फादर लिफांट यांच्याशी झाली, ज्यांनी जगदीशचंद्र बसूंना भौतिकशास्त्र आणि गणिताचा अभ्यास करण्यास प्रोत्साहित केले, पण जगदीशचंद्र बसूंच्या आत काहीतरी वेगळेच चालू होते. सजीवांवर त्यांचे अपार प्रेम होते. याच कारणामुळे ते डॉक्टर होण्याचा विचार करत असत. लंडनमधील मॅडिसनमध्ये त्यांनी प्रवेश घेतला. पण तिथे वापरल्या जाणाऱ्या रसायनांची त्यांना ॲलर्जी झाली. त्यामुळे ते अभ्यास अर्धवट सोडून परत आले.

यानंतर त्यांना केंब्रिजच्या क्राइस्ट कॉलेजमध्ये शिकण्यासाठी पाठवण्यात आले. येथे लॉर्ड रॅले, फ्रान्सिस डार्विन आणि सिडनी विनिया सारख्या शिक्षकांनी त्यांना शिकवले. लवकरच जगदीश चंद्र बसू यांच्यामध्ये ज्ञान आणि विज्ञानाची नवी क्षितिजे उघडू लागली. भारतात आल्यावर त्यांची कलकत्ता येथील प्रेसिडेन्सी कॉलेजमध्ये सहाय्यक प्राध्यापक पदावर नियुक्ती झाली. इथे बसूंना इंग्रजांच्या तुलनेत अर्धा पगार मिळत होता. संशोधनाच्या सुविधाही दिल्या नव्हत्या. बसू यांनी तीन वर्षे पगाराला हातही लावला नाही. अखेर कॉलेजच्या व्यवस्थापन समितीला हा चुकीचा निर्णय मागे घ्यावा लागला आणि जगदीशचंद्र बसू यांना इंग्रजी प्राध्यापकांइतकेच वेतन मिळू लागले.

बसू आता अभ्यास आणि संशोधनात पूर्णपणे बुडून गेले. त्यांनी वायरलेस वायरचा शोध लावला आणि त्याचे यशस्वी प्रात्यक्षिक केले. परंतु या शोधाचे पेटंट न घेतल्याने त्याचे श्रेय मार्कोनी यांना देण्यात आले. नंतर जेव्हा इंग्लंडमधील एका मासिकाने हे प्रसिद्ध केले तेव्हा जगदीशचंद्र बसूंकडे सर्व जगाचे लक्ष गेले.

१९०० मध्ये पॅरिसमध्ये भौतिकशास्त्राची आंतरराष्ट्रीय परिषद झाली, ज्यामध्ये बसूंनी त्यांचा प्रसिद्ध शोधनिबंध वाचला. झाडे, वनस्पती आणि धातू यांना निर्जीव म्हणणे चुकीचे आहे, यावर त्यांनी भर दिला. सजीवांमध्ये दिसल्याप्रमाणे त्यांचेही जीवन असते. होय, त्याकडे अधिक काळजीपूर्वक पाहिले पाहिजे. गाजर आणि सलगमच्या पानांवर त्याचा वापर करून त्याने आपले कौशल्य सिद्ध केले. नंतर लिनेन सोसायटीच्या निमंत्रणावरून ते लंडनला गेले आणि त्यांनी त्यांचा शोधनिबंध वाचला. त्यांचा शोधनिबंध सुरूवातीला रॉयल सोसायटीने नाकारला होता. पण नंतर तो प्रकाशनासाठी स्वीकारला. यामुळे बसूची कीर्ती अधिक उंचीवर पोहोचली. अल्पावधीतच

त्यांचे विचार जगभर पसरले. ते म्हणजे सजीव आणि निर्जीव यांच्यातील दरी दुर्दैवाने आपण समजतो तितकी नाही.

बसू म्हणायचे की झाडे आणि वनस्पती फुफ्फुसाशिवाय श्वास घेऊ शकतात, पोट आणि स्नायूंशिवाय अन्न पचवू शकतात, मग त्यांना मज्जासंस्थेशिवाय का नाही समजून घेतल्या जाऊ शकतं ? त्यांच्यातही माणसासारखीच संवेदनशीलता आहे. उत्तेजकता आणि वनस्पतींच्या संवेदनशीलतेच्या परिणामांचा अभ्यास करण्यासाठी, बसूने रेग्नंट रेकॉर्डर, फायटोग्राफ फोटोसिंथेटिक रेकॉर्डर आणि केशकोग्राफ यांसारखी अनेक आश्चर्यकारक उपकरणे बनवली. या उपकरणांचे वैशिष्ट्य म्हणजे ते वनस्पतींची वाढ किंवा त्यांच्यावरील परिणाम अनेक पटींनी वाढवून दाखवू शकत होते. सुरूवातीला बसूंच्या कल्पनेची खिल्ली उडवणारेही कमी नव्हते. पण हळूहळू सर्व गंभीर शास्त्रज्ञांनी त्याचे मत मान्य केले. जगदीशचंद्र बसू जगभर प्रसिद्ध झाले.

जगदीशचंद्र बसू यांचे २३ नोव्हेंबर १९३७ रोजी निधन झाले. पण आधुनिक भारतात विज्ञानाची पताका फडकवणाऱ्या या महान शास्त्रज्ञाचे कार्य पुढील शतके आपल्याला मार्गदर्शन करत राहील.

२५.

प्रफुल्लचंद्र राय

आधुनिक भारताचे महान रसायनशास्त्रज्ञ

(१८६१-१९४४)

प्रफुल्लचंद्र राय हे त्या शास्त्रज्ञांपैकी आहेत, ज्यांनी खूप कष्ट सोसूनही, आपल्या सखोल जाणिवेने भारताच्या वैज्ञानिक प्रगतीचा मार्ग मोकळा केला आणि त्याला लोकांच्या कल्याणाशी आणि सेवेशी सखोल जोडले. त्यामुळे विज्ञान हे त्यांच्यासाठी मानवतेच्या सेवेचे साधन ठरले. आधुनिक भारतात रसायनशास्त्राचा पाया रचणाऱ्या या महान शास्त्रज्ञाचे व्यक्तिमत्त्व इतके साधे होते की लोक त्यांना पाहून आश्चर्यचकीत व्हायचे. त्यांच्यापासून प्रेरणा घेऊन हजारो तरूण विज्ञानाकडे आकृष्ट झाले आणि त्यातील अनेक नामवंत शास्त्रज्ञ झाले.

२ ऑगस्ट, १८६१ रोजी खुलना जिल्ह्यातील राडुली गावात जन्मलेले प्रफुल्लचंद्र राय हे बालपणापासूनच अतिशय हुशार आणि व्यासंगी होते आणि त्यांचा बराचसा वेळ अभ्यासात व्यतीत करीत. त्यांचे वडील हरिश्चंद्र राय हे एक प्रतिष्ठित व्यक्ती आणि पर्शियन भाषेचे विद्वान होते. इंग्रजी आणि भारतीय अशा दोन्ही भाषा शिकल्या पाहिजेत, असे त्यांचे मत होते. पाश्चात्य आणि भारतीय अशा दोन्ही प्रकारचे ज्ञान मिळवूनच व्यक्तिमत्त्वाचा संतुलित विकास साधता येतो. शिक्षणाच्या प्रसाराची आवड असल्याने त्यांनी गावातच शाळा उघडली होती. प्रफुल्लचंद्र राय यांनी सुरूवातीला याच शाळेत शिक्षण घेतले. पुढे त्यांचे वडील कलकत्याला आल्यावर प्रफुल्लचंद्र राय यांचे शिक्षण कलकत्यात झाले. काही काळानंतर, गंभीर आजारामुळे

त्यांचे शिक्षण बंद झाले, परंतु घरीच राहून प्रफुल्लचंद्र राय यांनी गोल्ड स्मिथ, एडिसन इत्यादींचे लेखन वाचले. वाचन-लेखनाचा हा छंद त्यांच्यात शेवटपर्यंत कायम राहिला आणि त्यामुळे त्यांच्या व्यक्तिमत्त्वात मोकळेपणा आला. त्या काळात त्यांना ब्राह्मसमाजाबद्दलही आकर्षण निर्माण झाले. केशवचंद सेन यांची दमदार व्याख्याने ते मोठ्या आवडीने ऐकत असत.

प्रेसिडेन्सी कॉलेज, कलकत्ता येथे शिक्षण घेतल्यानंतर पुढील शिक्षणासाठी ते इंग्लंडला गेले आणि एडिनबर्ग येथे सहा वर्षे शिक्षण घेतले. तेथून त्यांनी विज्ञानाची सर्वोच्च पदवी डी. एस. सी. प्राप्त केली. भारतात परतल्यानंतर त्यांच्या मनात हा विचार आला की काहीही झाले तरी भारताला विज्ञानाच्या दिशेने नेले नेले पाहिजे. विज्ञानाच्या माध्यमातूनच भारत पुढे जाऊ शकतो आणि जगातील आघाडीच्या राष्ट्रांमध्ये त्याची गणना होऊ शकते, असे त्यांचे ठाम मत होते. त्यांचा असा विश्वास होता की भारत प्राचीन काळी वैज्ञानिकदृष्ट्या खूप प्रगत होता. पण पुढे भारतात धर्माच्या नावाखाली रूढी आणि कट्टरता उदयास आली, ज्यामुळे देशाच्या वैज्ञानिक विकासाच्या मार्गात मोठा अडथळा निर्माण झाला. अशा प्रकारे हा देश अधोगतीकडे गेला.

प्रफुल्ल चंद्र राय यांचे हे विचार वाचून लोक आश्चर्यचकीत झाले आणि भारतात गेले. या दिशेने बरेच संशोधन करून, त्यांनी आपल्या प्राचीन शास्त्रज्ञांच्या कार्याकडे आणि शोधांकडे संपूर्ण जगाचे लक्ष वेधले आणि 'हिंदू रसायनशास्त्राचा इतिहास' हा महान ग्रंथ लिहिला, ज्याने खूप खळबळ उडवून दिली आणि शास्त्रज्ञांचे लक्ष वेधून घेतले. देश-विदेशातील हजारो शास्त्रज्ञांचे लक्ष वेधल्या गेले. हे वाचून लक्षात येते की प्राचीन काळी भारत विज्ञानात संपूर्ण जगाच्या पुढे होता. रसायनशास्त्रज्ञ आणि किमयाशास्त्रात असे शोध इथे लावले गेले होते, जे नंतरच्या काळात इतर देशांना माहीत नव्हते.

प्रफुल्ल चंद्र राय यांनी स्वतः असे अनेक महत्त्वाचे वैज्ञानिक शोध लावले, ज्यांचा प्रभाव संपूर्ण जगाच्या वैज्ञानिकांवर पडला. विशेषतः १८९५ मध्ये पारा नायट्रेटचा शोध लागल्याने प्रफुल्ल चंद्र राय यांचे नाव विज्ञान जगतात झपाट्याने पसरले. अशा प्रकारे डॉ. राय यांच्या वैज्ञानिक कामगिरीमुळे भारताचे नाव जगात आदराने घेतले गेले.

प्रफुल्लचंद्र राय नुसते बोलत नसत, ते जे सांगायचे ते करायचे पण. यामुळेच त्यांनी केवळ विज्ञान क्षेत्रात उल्लेखनीय कार्य केले नाही तर विज्ञानाच्या विद्यार्थ्यांनाही ते सतत मदत करत राहिले. प्राध्यापक म्हणून त्यांना चांगला पगार मिळत असे, पण

त्यातून ते थोडेफार पैसे घेत असत. बाकीचे पैसे ते विज्ञानाच्या विद्यार्थ्यांना शिष्यवृत्ती म्हणून देत असत. फी भरण्यात अडचण आली किंवा इतर कोणतीही अडचण आली, तर ते स्वतः अडचणीत असतानाही त्यांच्या वतीने पैसे देऊन विद्यार्थ्यांना पुढील शिक्षणासाठी प्रोत्साहन द्यायचे.

रसायनशास्त्राच्या क्षेत्रात भारताची प्रगती करण्यासाठी डॉ. राय यांनी अत्यंत तुटपुंज्या भांडवलात बंगाल केमिकल वर्क्सची स्थापना केली, ज्याने अल्पावधीत बरीच प्रगती केली. प्रफुल्लचंद्र राय यांची समज आणि तपश्चर्या आता सर्वांनी मान्य केली होती.

अनेक लोक त्यांचे भक्त होते. त्यांच्या शिष्यांमध्ये मेघनाद साहा, रसिकलाल दत्त आणि नीलरतन धर देखील होते, ज्यांनी खूप काम करून प्रसिद्धी मिळवली. प्रफुल्लचंद्र रॉय यांचा बंगालच्या तरूणांवर इतका जबरदस्त प्रभाव होता की कधी कधी लोक त्यांना राजकारणात यायला सांगत. त्यावर ते उत्तर द्यायचे, 'देशाला शास्त्रज्ञांचीही गरज आहे. जेव्हा देशात तीस रसायनशास्त्रज्ञ जन्माला येतील, तेव्हा मी माझे काम सोडून राजकारणात काम करू लागेन."

हे काही कमी आश्चर्यकारक नाही की एकीकडे प्रफुल्लचंद्र राय हे वैज्ञानिक विकासाचे खंबीर पुरस्कर्ते होते, तर दुसरीकडे त्यांनी गांधीजींच्या चरख्याचेही जोरदार समर्थन केले. मोठमोठ्या गिरण्यांची बरोबरी चरखा जरी करू शकत नसला तरी, गोरगरीब जनतेची मोठी सेवा होऊ शकते, असा त्यांचा विश्वास होता.

भारतातील या महान रसायनशास्त्रज्ञाचे १६ जून, १९४४ रोजी निधन झाले. देशाच्या वैज्ञानिक प्रगतीसाठी प्रत्येकवेळी तळमळणारे ते देशाचे खरे सुपुत्र होते. सत्य हे आहे की आज भारताने वैज्ञानिकदृष्ट्या प्रगती केली आहे, ती कधीच शक्य झाली नसती तर डॉ. प्रफुल्लचंद्र राय यांच्यासारख्या शास्त्रज्ञाचे मार्गदर्शन त्यांना लाभले नसते.

खऱ्या अर्थाने ते असे वैज्ञानिक होते, ज्यांना 'आधुनिक विज्ञानाचे ऋषी' म्हणता येईल.

२६.

मोक्षगुंडम विश्वेश्वरय्या

एक महान कल्पक अभियंता

(१८६१-१९६२)

मोक्षगुंडम विश्वेश्वरय्या यांची गणना भारतातील महान अभियंत्यांमध्ये केली जाते, ज्यांच्याकडे केवळ विज्ञानाचे सखोल ज्ञान, हृदयात देशभक्तीचे वादळ आणि देशाच्या विकासासाठी जगण्या-मरण्याची तळमळ आहे. सत्य हे आहे की मोक्षगुंडम विश्वेश्वरय्या यांनी नद्यांवर महाकाय धरणे बांधून आणि पोलादी कारखाने सुरू करून देशाच्या प्रगतीत ज्या महान स्वातंत्र्यसैनिकांनी आणि स्वातंत्र्यलढ्यात भाग घेऊन देशाची सेवा केली, त्यापेक्षा हे कमी योगदान नव्हते.

१५ सप्टेंबर १८६१ रोजी कर्नाटकातील कोलार जिल्ह्यातील मदनहल्ली गावात जन्मलेले विश्वेश्वरय्या लहानपणापासूनच अभ्यासू होते. त्यांचे आई-वडील गरीब होते, त्यांना त्याचे शिक्षण घेणे शक्य नव्हते. त्यामुळेच ते शिकवणी लावून त्यांची फी वगैरेची व्यवस्था करत होते. त्यांच्या प्रतिभेने त्यांच्या महाविद्यालयाचे इंग्रजी प्राचार्य मंत्रमुग्ध झाले. त्यांनी त्यांच्या या हुशार विद्यार्थ्यांची प्रशंसा करणारे पत्र लिहिले. यामुळे त्याला अभियांत्रिकी महाविद्यालयात प्रवेश तर मिळालाच, शिवाय शिष्यवृत्तीही मिळू लागली. यामुळे विश्वेश्वरयांचा मार्ग सोपा झाला आणि ते रात्रंदिवस अभ्यासात मग्न झाले.

अभियांत्रिकीचे शिक्षण पूर्ण केल्यानंतर, विश्वेश्वरय्या यांनी मुंबईच्या सार्वजनिक बांधकाम विभागात सहाय्यक अभियंता म्हणून काम करण्यास सुरूवात केली. त्यांच्या

या उमेदीपूर्वी वरिष्ठ अधिकारी काहीसे रागावले होते, परंतु विश्वेश्वरांच्या कार्यक्षमतेची आणि गुणांची माहिती मिळताच त्यांनी त्यांची स्तुती करण्यास सुरूवात केली. यानंतर त्यांना एकामागून एक उच्च पदे मिळत गेली. ब्रिटीश अधिकारी सुद्धा ज्या कामांना घाबरत होते ते विश्वेश्वरायांनी हाती घेतले आणि ते त्वरीत पूर्ण केले.

सरकारी सेवेतून मुक्त झाल्यानंतर, विश्वेश्वरय्या यांनी हैदराबाद सरकारच्या विनंतीवरून संस्थानात विशेष सल्लागार अभियंता म्हणून काम करण्यास सुरूवात केली. त्यावेळी हैदराबादचा निजाम तेथील पूरस्थितीमुळे हैराण झाला होता, त्यामुळे जनतेचे प्रचंड हाल होत होते आणि संस्थानाचे मोठ्या प्रमाणात जीवित व मालमत्तेचे नुकसान होत होते. समस्या ओळखून विश्वेश्वरय्या यांनी कावेरी नदीवर कृष्णराज धरण बांधले. हे एवढं प्रचंड आणि भव्य धरण होतं की विश्वेश्वरायांचा हा चमत्कार पाहून सर्वांनी त्यांच्यासाठी टाळयां वाजवल्या. या धरणाच्या उभारणीमुळे जनतेला पाणी व विजेची भरपूर सोय झाली.

काही काळानंतर म्हैसूर संस्थानाचे दिवाण म्हणून काम करताना विश्वेश्वरय्यां यांनी एका मागून एक कारखाने काढले. विश्वेश्वरयांची कीर्ती इतकी पसरली होती की वयाच्या ९२ व्या वर्षी त्यांना बिहारमधील मोकामा येथे गंगेवर बांधण्यात येत असलेल्या पुलाचा सल्ला देण्यास सांगण्यात आल होते.

विश्वेश्वरय्या बऱ्यापैकी म्हातारे झाले होते, पण या आवस्थेतही त्यांनी स्वतः बांधकाम स्थळाला भेट दिली आणि आजूबाजूच्या परिसराची पहाणी केली. आणि शेवटी एक मोठे काम पूर्ण करण्यात त्यांना यश मिळाले. १९५५ मध्ये भारत सरकारने त्यांना 'भारतरत्न' देऊन गौरविण्यात आले.

विश्वेश्वरय्या यांना दीर्घायुष्य लाभले होते. १४ एप्रिल १९६२ रोजी वयाच्या १०१ व्या वर्षी संतांसारखे साधे जीवन जगणाऱ्या या महान शास्त्रज्ञ आणि प्रतिभावान अभियंत्याचे निधन झाले.

भारतातील नवीन बांधकामाची पायाभरणी करणाऱ्या महान व्यक्तींमध्ये विश्वेश्वरय्या यांच्या नावाची आणि कार्याची आजही मोठ्या आदराने चर्चा केली जाते.

२७.

डॉ. गणेश प्रसाद

आधुनिक भारतातील प्रख्यात गणितज्ञ

(१८७६-१९३५)

आधुनिक भारतातील महान गणितज्ञांपैकी ज्यांनी आपल्या बुद्धिमत्तेने आणि प्रतिभेने संपूर्ण जगाचे लक्ष वेधून घेतले, त्यात डॉ. गणेश प्रसादाचे नाव मोठ्या आदराने घेतले जाते. ते असे अपवादात्मक प्रतिभावान शास्त्रज्ञ होते, ज्यांचा उदय जगासाठी आश्चर्यासमान होता. आणि ज्यांचे अनेक संशोधन लेख आणि मतं आजही गणितातील नवीन संशोधनात वापरली जातात. इतकेच नाही तर गणेश प्रसाद हे असे प्रतिभावान व्यक्ती होते, ज्यांनी संपूर्ण भारतात आधुनिक गणित आणि विज्ञानासाठी योग्य वातावरण निर्माण करण्यासाठी आपल्या आयुष्यातील प्रत्येक क्षण समर्पित केला.

उत्तर प्रदेशातील बलियानगर येथे १५ नोव्हेंबर, १८७६ रोजी जन्मलेले डॉ. गणेशप्रसाद लहानपणापासूनच इतरांपेक्षा वेगळा होते. त्यांच्या विलक्षण प्रतिभेमुळे सर्वांचे लक्ष त्याच्याकडे जात असे. असे असूनही ते पाचव्या वर्गात गणितात नापास झाले. यामुळे गणेश प्रसाद या मुलाला इतका धक्का बसला की ते गणित वाचण्यासाठी आणि समजून घेण्यासाठी रात्रंदिवस मेहनत करू लागले. लवकरच त्यांनी गणितात इतके प्रभुत्व मिळवले की ते त्यांच्यापेक्षा मोठ्या वर्गातील विद्यार्थ्यांना त्यांच्या गणितातील अडचणींमध्ये मदत करत असत. विद्यार्थीदशेतच त्यांचे लग्न झाले. पत्नीच्या आकस्मिक निधनानंतर त्यांनी दुसऱ्या लग्नाला नकार दिला आणि

आपल्या लहान मुलीला मोठ्या प्रेमाने वाढवू लागले. एम. ए. परीक्षेला अवघे काही दिवस उरले असताना अचानक मुलीचेही निधन झाले. गणेश प्रसादचे मन दुःखी झाले. पण कसे तरी त्याने आपले अश्रू आवरले. आपल्या दुःखावर मात करत ते परीक्षा देण्यासाठी गेले आणि निकाल लागला तेव्हा लोक थक्क झाले. ते प्रथम श्रेणीत उत्तीर्ण झाले. अलाहाबाद विद्यापीठातून पदवी प्राप्त केली. त्यानंतर शिष्यवृत्ती अंतर्गत पुढील संशोधनासाठी केंब्रिज विद्यापीठ गाठले. तिथे क्लॅपमन, गणिताचे महान अभ्यासक डॉ. गणेशप्रसाद यांच्या प्रतिभेने अत्यंत प्रभावित झाले. ते म्हणायचे, 'गणेश प्रसादाच्या रूपाने गणिताच्या जगात असा एक तारा उगवला आहे, जो त्याच्यासमोरच्या सर्व ताऱ्यांचा प्रकाश मंद करेल !'

डॉ. गणेश प्रसाद हे अजूनही विद्यार्थीच होते, तोच त्यांचे शोधनिबंध देश-विदेशातील महत्त्वाच्या नियतकालिकांतून प्रसिद्ध होत होते आणि अनेक नामवंत शास्त्रज्ञांचे लक्ष त्यांच्याकडे वेधले गेले होते. त्यांचा एक शोधनिबंध खूप प्रसिद्ध आहे. या शोधनिबंधात त्यांनी महान गणितज्ञांच्या चुका दाखवल्या आहेत आणि त्यांचे निष्कर्ष सुधारताना त्यांची नवीन आणि मूळ मतेही मांडली आहे. हा शोधनिबंध प्रकाशित झाल्यानंतर जगभरातील गणितज्ञ आणि शास्त्रज्ञांचे लक्ष त्यांच्याकडे गेले आणि सर्व बाजूंनी त्यांचे कौतुक झाले. जर्मनीतून त्यांना तिथे येण्याचे आमंत्रण मिळाले. जर्मनीला पोहोचल्यावर जगप्रसिद्ध गणितज्ञ जॉर्ज कँटोर स्वतः गणेशप्रसादांना भेटायला आले. गणेशप्रसादांना आशीर्वाद देताना ते म्हणाले, 'तुमच्या कीर्तीचा सुगंध कस्तुरीच्या सुगंधाप्रमाणे दरवळू दे.'

केंब्रिजमधून पदवी प्राप्त केल्यानंतर डॉ. गणेश प्रसाद जर्मनीतील नाटगर्न नगर येथे गेले, जिथे त्यांनी जमाल फील्ड आणि हिलबार्ड सारख्या गणिताच्या अभ्यासकांसह उच्च पातळीवर संशोधन केले. तेथून भारतात परतल्यानंतर त्यांनी अलाहाबादच्या प्युअर सेंटर कॉलेजमध्ये गणित शिकवायला सुरूवात केली. काही काळानंतर त्यांची काशीच्या क्वीन्स कॉलेजमध्ये नियुक्ती झाली. कलकत्ता विद्यापीठाचे कुलगुरू आशुतोष मुखर्जी यांनी त्यांची प्रतिभा ओळखून त्यांना कलकत्ता विद्यापीठात उपयोजित गणिताचे प्राध्यापक म्हणून नियुक्त केले.

येथे राहत असताना डॉ. गणेशप्रसाद यांचा गणिताचा अभ्यास आणि त्यांचा शोध अव्याहतपणे सुरूच होता. फूरिये मालिकेतील त्यांचे कार्य आजही अप्रतिम समजले जाते. त्यांच्या पुस्तकांपैकी 'अ ट्रीटीइज ऑन डिफरेंशियल इक्वेशन्स' आणि 'ऑन द कॉन्स्टिट्यूशन ऑफ मॅटर अँड ॲनॅलिटिकल थिअरी ऑफ हीट' प्रसिद्ध

आहेत. गणितातील नवीन क्षितिजांवर संशोधन करणारी ही पुस्तके मानली गेली आहेत. आजही ते देश-विदेशात मोठ्या आवडीने वाचले जातात.

डॉ. गणेश प्रसाद यांची कीर्ती अजरामर करणारे आणखी एक महत्त्वाचे कार्य म्हणजे आग्रा विद्यापीठाची स्थापना. आग्रा विद्यापीठाच्या स्थापनेत त्यांनी केवळ मध्यवर्ती भूमिका बजावली नाही, तर विद्यापीठाच्या सिनेटचे सदस्य म्हणून ते अधिकाधिक समतल आणि शिस्तबद्ध करण्यासाठी त्यांनी कठोर परिश्रम घेतले.

सिनेटच्या बैठकीत भाग घेत असताना ९ मार्च १९३५ रोजी त्यांचे निधन झाले. तिथे त्यांना आपले म्हणणे प्रभावीपणे मांडण्यासाठी दीर्घकाळ बोलावे लागले. आपले म्हणणे सांगून ते खाली बसले तेव्हा त्यांना पुन्हा उठता येईना. त्यांना तातडीने रूग्णालयात नेण्यात आले, तेथे सायंकाळी साडेसात वाजता त्यांचा मृत्यू झाला. पण देश-विदेशातील गणितज्ञ आणि संशोधक या विलक्षण विद्वान आणि गणिताच्या मास्टरला नेहमीच आदराने स्मरणात ठेवतील.

२८.

डॉ. दाराशा नौशेरवा वाडिया

प्रख्यात भूगर्भशास्त्रज्ञ

(१८८३-१९६९)

भारतातील भूविज्ञान शास्त्रात सखोल आवडीसहीत काम करून विद्वता संपादन करणाऱ्या विद्वानांची संख्या अधिक नाही. पण डॉ. दाराशा नौशेरवा वाडियासारख्या दिग्गजांनी भारतीय प्रतिभा सिद्ध केली. ती प्राप्त करायची असेल तर ती कोणत्याही क्षेत्रात आपल्या कीर्तीचा झेंडा फडकवू शकते. आत्तापर्यंत भूगर्भशास्त्रात जितकेही सर्वेक्षणे झाली ती सर्व केवळ परदेशी लोकांकडूनच झाली होती. पण डॉ. जेव्हा दाराशा नौशेरवा वाडिया यांनी या क्षेत्रात रस घेतला आणि प्रावीण्य मिळवले, तेव्हा पहिल्यांदाच भारतीय भूवैज्ञानिक सर्वेक्षणाचे अहवाल आणि निष्कर्ष भारतीय दृष्टिकोनातून समोर आले, ज्यांनी खरोखरच भारताच्या विकासात मोठी भूमिका बजावली. यासंदर्भात डॉ. वाडिया यांचे कार्य इतके महत्त्वाचे आहे की जगभरातील भूवैज्ञानिकांनी त्यांचे कौतूक केले आहे.

२३ ऑक्टोबर १८८७ रोजी गुजरातमधील सुरत शहरात जन्मलेल्या दारशा नौशेरवा वाडिया लहानपणापासूनच अतिशय हुशार होते. मुंबई विद्यापीठातून परीक्षा उत्तीर्ण झाल्यानंतर त्यांना भूगर्भशास्त्राची आवड निर्माण झाल्यावर त्यांनी या संदर्भातील पुस्तके वाचण्यास सुरूवात केली. भारताचा असा भूगर्भीय अभ्यास करणे हा त्यांचा उद्देश होता, जो त्याच्या विकासात मोठी भूमिका बजावेल. तरूण पिढीतील लोकांनीही या दिशेने उत्साहाने काम करण्यासाठी पुढे यावे, अशी इच्छा डॉ. वाडियांनी व्यक्त केली. त्यामुळे त्यांची प्रिन्स ऑफ वेल्स, जम्मू येथे भूविज्ञानाचे प्राध्यापक म्हणून

नियुक्ती करण्यात आली. मग त्यांनी या अज्ञात विषयाकडे तरूण पिढीला खूप प्रोत्साहीत केले. या संदर्भात त्यांनी 'विद्यार्थ्यांसाठी भूविज्ञान' सारखे माहितीपूर्ण आणि मनोरंजक पुस्तकही लिहिले, जे आजही या दिशेने अत्यंत उपयुक्त आणि महत्त्वाचे पुस्तक मानले जाते.

काही काळानंतर त्यांची (जियोलॉजिकल सर्वे ऑफ इंडिया) भारतीय भूवैज्ञानिक सर्वेक्षणात नियुक्ती झाली. तेथे राहून त्यांनी अनेक आव्हानात्मक कामे केली. ते भूविज्ञानाचे राष्ट्रीय प्राध्यापक आणि नियोजन आयोगाचे सदस्य झाले. डॉ. वाडिया यांच्या मूळ प्रतिभेने सर्व अभ्यासक आणि संशोधकांचे लक्ष वेधून घेतले. पंजाबच्या पीर पंजाल पर्वतरांगांबद्दलच्या त्यांच्या कल्पना जगातील अनेक भूवैज्ञानिकांनी महत्त्वपूर्ण मानल्या होत्या.

त्याचप्रमाणे हिमालयाच्या विस्तीर्ण रांगांच्या रचनेचा सखोल अभ्यास करून त्यांनी आपली महत्त्वाचे मत मांडले. हिमालयाच्या पर्वतरांगा बर्माकडे इतक्या तीव्र वळणाने वळतात की ती एक पर्वतरांग असू शकत नाही असे दिसते, परंतु दोन पर्वतरांगा एकत्र विलीन झाल्या आहेत, असे वाटत असले तरी, दोन्ही पर्वतरांगांतील खडकांचा सखोल अभ्यास करून या हिमालयाच्या पर्वतरांगा आहेत आणि दोन पर्वतरांगांच्या मिलनाचा प्रबंध बरोबर नसल्याचे डॉ. वाडियाने सिद्ध केले. त्याचप्रमाणे एकामागून एक अवघड आणि आव्हानात्मक वैज्ञानिक संशोधन, ज्याद्वारे भूवैज्ञानिक दृष्टिकोनातून भारताची कामगिरी संपूर्ण जगासमोर येऊ शकली.

डॉ. वाडिया हे एक गंभीर विद्वान होते आणि त्यांनी भूगर्भशास्त्रीय दृष्टिकोनातून अशी अनेक शोध दिले, ज्यामुळे भूविज्ञानाच्या अनेक जुनी रहस्य आणि कोडे सोडवले गेले. वाडियाचा असा विश्वास होता की दहा दशलक्ष वर्षांपूर्वी हिमयुग होते आणि त्याचे अवशेष उत्तर ध्रुवावर वाळूच्या स्वरूपात सापडतात. वाडिया यांनी लिहिलेल्या महत्त्वाच्या पुस्तकांपैकी 'जिओलॉजी ऑफ इंडिया अँड बर्मा', 'जिओलॉजी ऑफ नागा पर्वत अँड गिलगिट डिस्ट्रिक्ट स्ट्रक्चर ऑफ हिमालय' ही आहेत. जगभरातील भूगर्भशास्त्रज्ञ त्यांना अत्यंत उपयुक्त आणि महत्त्वाचे मानतात.

डॉ. दाराशा नौशेरवा वाडिया हे अत्यंत प्रतिभावान तसेच मेहनती होते. ते शेवटपर्यंत आपल्या कामात मग्न राहिले आणि इतरांनाही या क्षेत्रात नवनवीन संशोधन करण्याची प्रेरणा व प्रोत्साहन देत राहिले.

भारतातील या महान भूवैज्ञानिकाचे १५ जून १९६९ रोजी निधन झाले. पण भूगर्भशास्त्रात आश्चर्यकारक नवनवीन शोध लावून भूवैज्ञानिक दृष्टिकोनातून भारताची मान जगभर उंचावली. ती नव्या पिढीला पुढे जाऊन काहीतरी नवीन करण्याचे आव्हान कायमच देत राहील.

२९.

श्रीनिवास रामानुजन

भारताचे जगप्रसिद्ध गणितज्ञ

(१८८७-१९२०)

श्रीनिवास रामानुजन यांचे नाव भारताच्या आधुनिक युगातील महान गणितज्ञांमध्ये प्रथम घेतले जाते. अवघ्या ३३ वर्षांच्या अल्पशा आयुष्यात या अत्यंत हुशार गणितज्ञांनी केलेले कार्य कधीही विसरता येणार नाही. श्रीनिवास रामानुजन यांना 'आधुनिक युगाचे भास्कराचार्य' म्हटले तर ते वावगे ठरणार नाही.

श्रीनिवास रामानुजन यांचा जन्म २२ डिसेंबर १८८७ रोजी मद्रास प्रांतातील एरोटे या छोट्याशा गावात झाला. घरची आर्थिक परिस्थिती विशेष चांगली नव्हती. प्राथमिक शिक्षण ग्रामीण शाळेत झाले. त्यानंतर त्यांना कुंभकोणम हायस्कूलमध्ये शिक्षणासाठी पाठवण्यात आले. तिथे शिक्षकांच्या लक्षात आले की श्रीनिवास रामानुजन नावाचा हा मुलगा अनेकदा गप्प राहतो आणि मनात काहीतरी विचार करत राहतो. एवढेच नाही तर कधी कधी त्याचे प्रश्न असे असायचे की शिक्षकांचाही गोंधळ व्हायचा. शिक्षकांना कशी तरी आपली सुटका करून घ्यावी लागायची. एकदा एक शिक्षक वर्गात सांगत होते की, एखाद्या संख्येला समान संख्येने भागले तर उत्तर नेहमी एकच येते. मग अचानक रामानुजन उठले आणि विचारले, 'शून्य ला शून्याने भागले तरी उत्तर एकच येईल का ?' 'शिक्षकाला आपली चूक लगेच लक्षात आली. म्हणाले, 'नाही, भागाकार केल्यावर उत्तर एक नाही, तर एक अनिश्चित किंवा अनंत संख्या येईल."

त्याचप्रमाणे रामानुजन अनेकदा पृथ्वीचा घेर किंवा नक्षत्रांमधील अंतर इत्यादी प्रश्न विचारत असत. त्याचे वर्गमित्र किंवा शिक्षक त्याला वेडा समजत. पण असे प्रश्न विचारून रामानुजनच्या आत बसलेला 'भविष्यातील महान गणितज्ञ' या प्रश्नांमधून स्वतःची एक छोटीशी झलक दाखवत असे.

स्थिती अशी होती की साधनांची कमतरता असूनही रामानुजनांचे हे चिंतन सतत वाढतच गेले. चौथ्या इयत्तेत त्यांनी त्रिकोणमितीचा अभ्यास तर केलाच, पण त्यातही उत्तम प्रभुत्व मिळवले होते. त्यांनी बी. ए. च्या एका विद्यार्थ्याला त्याचे त्रिकोणमितीचे पुस्तक काही दिवसांसाठी वाचण्यास मागितले. इच्छा नसतानाही तो ते पुस्तक त्यांना देण्यास तयार झाला. पण एके दिवशी रामानुजन त्रिकोणमितीचे प्रश्न बिनदिक्कतपणे सोडवत होते हे पाहून त्याला आश्चर्य वाटले. मग अवस्था अशी झाली की बी. ए. च्या वर्गातील विद्यार्थ्याला काही अडचण आली तर त्याला रामानुजन यांची मदत घ्यावी लागत असे. हायस्कूलमध्ये रामानुजन यांना गणितात इतके चांगले गुण मिळाले की त्यांना सरकारी शिष्यवृत्ती मिळू लागली. पण हळूहळू ते गणितात इतके गुंतले गेले की इतर विषयांत ते मागे पडू लागले. परिणामी सरकारी शिष्यवृत्ती मध्येच बंद पडली आणि रामानुजनचा अभ्यासही.

काही काळानंतर रामानुजनचे लग्न झाले, पण आर्थिक अडचणींमुळे ते त्रस्त झाले. त्यांनी इंडियन मॅथेमॅटिकल सोसायटीचे संस्थापक व्ही. रामास्वामी यांनी अय्यर यांची भेट घेतली आणि त्यांना एखादी छोटीशी नोकरी मिळवून देण्यास सांगितले. रामास्वामी अय्यर यांनी त्यांची ओळख पी.व्ही. शेषु अय्यर यांच्याकडे पाठवले. उदरनिर्वाहासाठी त्यांना शिकवणीचे काम मिळाले. मग शेषुअय्यर यांनी त्यांना दिवाण बहादूर आचार्य रामचंद्र राव यांच्याकडे पाठवले. रामानुजन जेव्हा राव यांना भेटले, तेव्हा सुरुवातीला त्यांचे घाणेरडे कपडे आणि विचित्र अवस्था पाहून त्यांनी त्यांना टाळलेच. पण पुढच्याच भेटीत जेव्हा रामानुजन यांनी त्यांना सर्वात कठीण असलेली गणितं दाखवली तेव्हा ते थक्कच झाले. त्यांना समजले की रामानुजन हा एक असाधारण प्रतिभावान तरूण आहे, ज्याने गणितात असे महत्त्वपूर्ण शोध लावले आहेत, जे अद्याप जगात कोणालाही माहीत नाहीत. रामचंद्ररावांनी रामानुजन यांना सांगितले, 'तुला योग्य नोकरी मिळेपर्यंत मी तुझ्या देखभालीची काळजी घेईन.' पण रामानुजन यांनी हे मान्य केले नाही. मग रामचंद्ररावांच्या प्रयत्नाने रामानुजन यांना तीस रूपये महिना पगारावर कारकुनाची नोकरी मिळाली.

दरम्यान, रामचंद्र राव यांनी सर फ्रान्सिस स्प्रिंग यांना पत्र लिहून या हुशार गणितज्ञाबद्दल सांगितले. सर फ्रान्सिस स्प्रिंग, सरकारी वेधशाळांचे संचालक डॉ. जी. व्ही रामानुजन यांचे गणितीय कार्य आणि त्यांनी शोधलेली नवीन तत्त्वे वॉकर यांना दाखवली. वॉकर पूर्णपणे चकित झाले. त्यांनी मद्रास विद्यापीठाच्या रजिस्ट्रारला पत्र लिहून या गरीब पण अत्यंत हुशार गणितज्ञांना शिष्यवृत्ती देण्याची विनंती केली. या पत्राचा परिणाम असा झाला की रामानुजन यांना महिन्याला पंचाहत्तर रुपये शिष्यवृत्ती मिळू लागली. दरम्यान, इंडियन मॅथमॅटिकल सोसायटीच्या पत्रात त्यांचे अनेक लेख प्रसिद्ध झाले आणि ते प्रसिद्धही झाले.

आता रामानुजन आपल्या गणिताच्या अभ्यासात इतके मग्न होत की त्यांना त्यांच्या खाण्यापिण्याचेही भान नसे. काही मित्रांच्या विनंतीवरून त्यांनी त्यांचे लेख जगप्रसिद्ध गणितज्ञ डॉ. ग ह. हार्डीकडे पाठवले. हार्डीने त्याच्या एका लेखात एका संख्येचा उल्लेख केला होता. त्यांनी लिहिले की आतापर्यंत या संख्येपेक्षा लहान असलेल्या मूळ संख्येची अभिव्यक्ती शोधली जाऊ शकली नाही. पण रामानुजनने त्यांना यांनी याविषयीचा त्यांचा लेख त्यांना पाठवला तेव्हा हार्डी आश्चर्यचकीत झाले. सर्वात आश्चर्याची गोष्ट म्हणजे रामानुजन यांची प्रश्न सोडवण्याची पद्धत अतिशय मौलिक आणि त्यांची स्वतःची होती आणि आजपर्यंत कुणालाही त्याबद्दल कल्पना नव्हती.

डॉ. हार्डीची खूप इच्छा होती की रामानुजनने काहीही करून इंग्लंडला यावे, जेणेकरून ते त्यांचे काम जलदपणे करू शकतील आणि संपूर्ण जगाला त्यांच्या आश्चर्यकारक शोधांची माहिती मिळेल. पण रामानुजन अजूनही संकोच करत होते. त्याचे एक कारण त्याच्या कुटुंबातील सदस्य आणि नातेवाईकांचे वागणे होते. परदेशात गेल्यास बहिष्कार घालू अशी त्यांना धमकी दिली.

तरीही हार्डी त्यांना इंग्लंडला बोलावण्याचा सतत प्रयत्न करत होते. जेव्हा गणितविज्ञानचे नेव्हिल भारतात आल्यावर हार्डीने त्यांना रामानुजन यांना भेटून इंग्लंडला येण्यास राजी करण्यास सांगितले. नेव्हिल रामानुजन यांना भेटले आणि त्यांना समजावून सांगितले की इंग्लंडमध्ये त्यांच्यासाठी पुढील कामाच्या अनेक संधी असतील. यावर रामानुजन यांचे उत्तर होते, 'मी माझ्या आईला विचारतो आणि तिने परवानगी दिली तरच मी इंग्लंडला जाऊ शकेन."

रामानुजनची आई सुरूवातीला तयार नव्हती, पण नंतर एका रात्री तिला स्वप्न पडले की तिचा मुलगा एका मोठ्या इमारतीत बसला आहे आणि ब्रिटीशांसह

जगभरातील विद्वान त्याला विशेष आदर देत आहेत. आईला समजले की तिचा मुलगा एका खास हेतूसाठी जन्माला आला आहे. तिने मुलाला इंग्लंडला जाण्याची परवानगी दिली.

इंग्लंडमध्ये डॉ. हार्डीच्या कंपनीने रामानुजन यांना खरोखरच मोठी मदत दिली. ते चौपट शक्तीने आपल्या कामात गुंतले. इंग्लंडमध्येही रामानुजन यांचे राहणीमान अत्यंत साधे होते. ते स्वतः तयार केलेले साधे अन्न खात आणि रात्रंदिवस आपल्या कामात मग्न असायचे. त्यांचे लेख आता जगातील सर्वोत्कृष्ट गणिती जर्नल्समध्ये मोठ्या सन्मानाने प्रकाशित झाले आणि जगातील महान गणितज्ञांमध्ये त्यांचे नाव जोडले गेले.

मात्र, एवढ्या मेहनतीमुळे त्यांची प्रकृती खालावत चालली होती. त्यानंतरही ते आपल्या तब्येतीची अजिबात काळजी न करता अथक मानसिक श्रम करत राहिले. अखेरीस त्यांना क्षयरोग झाला आणि काही काळानंतर तर फक्त हाडांचा सापळा म्हणून उरले. आता आपण जगणार नाही हे रामानुजनला समजले होते. तरीही, मृत्यूशय्येवर, ते गणिताचे न सुटलेले प्रश्न सोडवण्याचा प्रयत्न करत होते.

एकदा डॉ. हार्डीने रूग्णालयात जाऊन त्यांची भेट घेतली. रूग्णालयातील त्यांचा रूम नंबर १७२९होता. डॉ. हार्डी गंमतीने म्हणाले, ''अरे, किती वाईट रूम नंबरमध्ये राहतोयस !'

यावर रामानुजन हसले. म्हणाले, 'हा एक अतिशय मनोरंजक आकडा आहे. याकडे वेगवेगळया प्रकारच्या दोन घनांची बेरीज म्हणून पहा. १० आणि ९ आणि १२ आणि १ च्या घनांची बेरीज १७२९ होईल.'

हे ऐकून हार्डीला खूप आनंद झाला. या अवस्थेतही रामानुजन यांची बुद्धिमत्ता आणि गणिती प्रतिभा इतकी चौकस होती याचे त्यांना आश्चर्य वाटले.

या महान गणितज्ञांचे २६ एप्रिल १९२० रोजी मद्रासमधील एका गावात निधन झाले. त्यांच्या मृत्यूनंतर, त्यांच्या लेखांचा संग्रह केंब्रिज युनिव्हर्सिटी प्रेसमधून प्रकाशित झाला, जो आजही गणिताच्या जाणकारांकडून अतिशय आदराने आणि सन्मानाने वाचला जातो.

३०.

चंद्रशेखर वेंकटरामन

आधुनिक भारताचे सर्वोच्च शास्त्रज्ञ

(१८८८-१९७०)

आधुनिक भारतातील सर्वोच्च शास्त्रज्ञांमध्ये चंद्रशेखर वेंकटरामन यांचे नाव सर्वप्रथम लक्षात येते. ते एक महान आणि अद्भूत वैज्ञानिक तर होतेच, पण त्याहून मोठी गोष्ट म्हणजे ते पूर्णपणे भारतीयत्वात विलीन झालेले शास्त्रज्ञ होते, ज्यांचे जीवन आदर्श आणि साधेपणाचे होते. १९३० मध्ये, रामन हे जगातील सर्वात मोठे नोबेल पारितोषिक मिळवणारे पहिले भारतीय शास्त्रज्ञच नव्हते तर हा पुरस्कार मिळवणारे पहिले आशियाई शास्त्रज्ञ देखील होते.

चंद्रशेखर वेंकटरामन यांचा जन्म ७ नोव्हेंबर १८८८ रोजी तामिळनाडूतील तिरुचिरापल्ली जिल्ह्यातील अय्यनपेट्टई गावात झाला. त्यांचे वडील चंद्रशेखर अय्यर हे शिक्षक होते. आईचे नाव पार्वती अम्मल होते. लहानपणापासूनच रामन अभ्यासात हुशार होते आणि वर्गात असे प्रश्न विचारायचे की अनेकदा त्यांचे शिक्षक गोंधळून जायचे. जेव्हा रामन प्रेसिडेन्सी कॉलेजमध्ये बी. ए. मी शिकत असताना शिक्षक ई. एच. इलिएटला त्यांना पाहून आश्चर्यचकित झाले. लहान उंचीच्या या बारीक विद्यार्थ्याला पाहून त्यांना वाटले की, चुकून खलच्या वर्गातला मुलगा येऊन बसला असावा. पण जेव्हा तो रामनशी बोलला तेव्हा त्याच्या विनम्र हुशार उत्तरांनी ते विशेष खूश झाले.

विद्यार्थी जीवनातच रामन अतिशय जागृत होते. केवळ सोळाव्या वर्षीच त्यांनी स्पेक्ट्रोमीटरने प्रिज्मचे कोण मोजत, डिफ्रेक्शन बँडचा शोध लावला होता. यावर

लेख लिहून त्यांनी प्रोफेसर जोन्सन यांना दाखवला होता. त्यांनी काहीच प्रतिसाद न दिल्याने तो लेख त्यांनी लंडनवरून प्रकाशित होणाऱ्या फिलॉसॉफिकल मॅग्जीनकडे पाठवला. त्यामध्ये लेख छापताच रामनची कीर्ति सर्वत्र पसरली. त्यांनतर पृष्ठ-तणाव (सरफेस टेंशन) संबंधी त्यांचा आणखी एक लेख या पत्रिकेत छापला. त्याच काळात लॉर्ड रॅले सोबत त्यांचा पत्रव्यवहार सुरू झाला. सुरूवातीला तर लॉर्ड रॅले त्यांना प्रेजीडेंसी कॉलेजचे प्रोफेसरच समजत होते. पण नंतर त्यांना खरे समजले, तर त्यांनी त्या विलक्षण बालकाच्या प्रतिभेचे खूप कौतूक केले.

शिक्षण पूर्ण झाल्यावर रामन यांची नियुक्ती कलकत्त्यात डिप्टी अकाउंटंट जनरल या पदावर झाली. मग पुढे पदोन्नती होत ते विभागाचे अकाउंटंट जनरल बनले. परंतु रामन समाधानी नव्हते. त्यांचे मन तर विज्ञानाचा अभ्यास आणि संशोधनाकडे वेधल्या गेले होते. त्यांनी इंडियन असोसिएशन फॉर द कल्टीवेशन ऑफ साइंस' जॉइन केले होते. परंतु संस्थेसाठी त्यांना पुरेसा वेळ देता येत नव्हता. दरम्यान कलकत्ता विद्यापीठाकडून त्यांना सर तारकनाथ पालित प्रोफेसर पदासाठी विचारणा करण्यात आली. रामन यांना जो पगार त्यावेळी मिळत होता, त्याच्या अर्धा हा पगार होता. असे असतानाही रामन यांनी आनंदाने हे पद स्वीकारले आणि पटकन आपल्या कामात गुंतले.

१९२१ मध्ये शिकागो येथे होणाऱ्या विद्यापीठ परिषदेत रामन यांना कलकत्ता विद्यापीठाचे प्रतिनिधी म्हणून पाठवण्यात आले. तिथे रामनला रदरफोर्डसह जगातील अनेक बड्या शास्त्रज्ञांना भेटण्याची संधी मिळाली. परत येत असताना रामनचे लक्ष भूमध्य समुद्राच्या निळया रंगाकडे गेले. लहानपणापासूनच त्यांना वाटायचं, आकाश आणि समुद्राच्या पाण्याचा रंग इतका निळा का आहे ? आता पुन्हा हा प्रश्न त्यांना सतावू लागला. याबाबत लॉर्ड रॅलेचे स्पष्टीकरण त्यांनी वाचले होते. लॉर्ड रॅले यांनी समुद्राच्या निळाईला 'आकाशाच्या निळेपणाची सावली' असे म्हटले होते. पण यावर रामनचे समाधान झाले नव्हते. त्याने लगेच प्रिझम काढला आणि त्यातून डोकावले, 'अरे, समुद्राचा रंग अजूनही निळा दिसतोय ! म्हणजे तो आकाशाचा प्रभाव नाही. हा निळसरपणा पाण्यातूनच येत आहे."

परत आल्यावर रमण या विषयावर सखोल विचार करू लागले. यासोबतच त्यांचे संशोधनही सातत्याने सुरू होते. अचानक त्यांच्या लक्षात आले की क्रॉम्प्टन प्रभाव, जो क्ष-किरणांसाठी खरा आहे, तो प्रकाश किरणांसाठीही खरा असला पाहिजे. याचा अर्थ ते वेगवेगळया किरणांसोबतही घडू शकते. निरनिराळया माध्यमांमधून

जाताना क्ष-किरणांचे स्वरूप जसे बदलते, रामन यांच्या प्रयोगांनी लवकरच हे सिद्ध केले की वेगवेगळ्या माध्यमांतून जाताना प्रकाशकिरणांचे स्वरूपही बदलू शकते.

रामनच्या या प्रयोगाने हे लवकरच सिद्ध केले की निरनिराळ्या माध्यमातून प्रकाश किरणे आरपार गेल्यास किरणांचे पण स्वरूप बदलते. अत्यंत साधी उपकरणे असूनही रामन यांचा प्रयोग यशस्वी झाला. त्यांनी या संदर्भातील त्यांचा लेख 'नेचर' या नियतकालिकात पाठवला, ज्याने तो 'अ न्यू टाईप ऑफ सेकंडरी रेडिएशन' या नावाने प्रकाशित केला. लवकरच रामनचा हा शोध जगभर पसरला. यासाठी त्यांना १९३० मध्ये सर्वोच्च सन्मान नोबेल पारितोषिक मिळाले आणि प्रकाशकिरणांवर होणारा हा परिणाम 'रामन इफेक्ट' म्हणून ओळखला जातो.

याशिवाय रामनचा आणखी एक महत्त्वाचा शोध म्हणजे वीणा, व्हायोलिन, मृदंगम या वाद्यांवरील संशोधन. मृदंगम सारख्या वाद्यांमधून इतकं सुंदर आणि सुरेल संगीत कसं उभं राहतं, याचं सुंदर विवेचन त्यांनी केलं.

रामन यांना भारतीय असल्याचा अभिमान होता, पण आधुनिक विज्ञानाच्या ताज्या शोधांमध्ये भारतीयांचा फार कमी वाटा आहे हे पाहून खूप वाईट वाटले. भारतामध्ये त्यांनी तरूण पिढीच्या वैज्ञानिकांना प्रेरित व मार्गदर्शन करण्याचे महत्त्वाचे कार्य केले. रामन यांचे स्वप्न होते की देशात अशी संस्था असावी, जिथे विद्यार्थी अवकाश आणि विश्वाच्या रहस्यांवर संशोधन करू शकतील. अखेर १९५१ मध्ये त्यांची ही इच्छा पूर्ण झाली. बंगळुरू येथे रामन संशोधन संस्था स्थापन करण्यात आली. १९५४ मध्ये भारतातील या सर्वोच्च शास्त्रज्ञाला 'भारतरत्न' या पदवीने सन्मानित करण्यात आले.

भारतीय परंपरेत अडकलेल्या या अव्वल शास्त्रज्ञाचे वयाच्या ८२ व्या वर्षी २१ नोव्हेंबर १९७० रोजी निधन झाले. पण ते शेवटपर्यंत सक्रिय होते आणि त्यांनी एक स्वप्न मागे सोडले आहे, जे अनेक शास्त्रज्ञांना जीवन आणि जगाचे रहस्य समजून घेण्यासाठी नेहमीच प्रेरणा देईल.

३१.

बीरबल साहनी

भारताचे महान पुरातत्त्वज्ञ

(१८९१-१९४९)

आधुनिक भारताच्या प्रसिद्ध शास्त्रज्ञांमध्ये बीरबल साहनी यांचे नाव विसरल्या जाऊ शकत नाही. प्राचीन वनस्पतीचे संशोधक म्हणून डॉ. बीरबल साहनी यांचे नाव केवळ भारतातच नाही, तर संपूर्ण जगात मोठ्या आदराने घेतल्या जाते.

बीरबल साहनीचा जन्म १४ नोव्हेंबर १८९१ रोजी पंजाब मधील शाहपुर जिल्ह्यात (आता पाकिस्तानात) भेरा या गावात झाला. त्यांचे वडील लाला रूचिराम साहनी गव्हर्नमेंट कॉलेजात रसायनशास्त्राचे प्राध्यापक होते. ते सुधारणावादी विचाराचे होते आणि ब्रह्मोसमाजाच्या प्रमुख नेत्यापैकी होते. वडीलांच्या व्यक्तिमत्त्वाचा प्रभाव त्यांच्यावर देखील पडला. सुरूवातीपासूनच ते शिक्षणामध्ये पुढे होते. १९११ मध्ये सेंट्रल कॉलेज, लाहारे या ठिकणाहून वनस्पतीशास्त्राची पदवी प्राप्त केल्यावर ते इंग्लडला गेले. तिथे नॅचरल साइंसवर काम करण्याची संधी मिळाली. त्यांनी जीवाश्म वनस्पतीवर संशोधन सुरू केले. तिथेच त्यांची ओळख प्रोफेसर अलबर्ड सी. सेवार्ड यांच्यासोबत झाली, जे स्वतःच जीवाश्म संशोनात गुंतले होते. दोघांमध्ये चांगली मैत्री झाली. प्रो. सेवार्ड यांनी शक्य तितके बीरबल साहनी यांना मार्गदर्शन केले. बीरबल साहनी यांचे शोध-पत्र प्रसिद्ध रिसर्च जर्नल्समध्ये छापले आणि पहाता पहाता त्याची ओळख प्राचीन वनस्पती संशोधक म्हणून झाली. १९१९ मध्ये लंडन विद्यापीठाने बीरबल साहनी यांच्या कामाचे विशेष

महत्त्व समजून घेतले आणि त्यांना डी. एस. सी. ची पदवी प्रदान केली.

भारतात परतल्यानंतर बिरबल साहनी यांनी बनारस हिंदू विद्यापीठात आणि नंतर पंजाब विद्यापीठात काही काळ काम केले. १९२१ मध्ये त्यांची लखनौ विद्यापीठाच्या वनस्पतिशास्त्र विभागात प्राध्यापक पदावर नियुक्ती झाली. येथे बराच काळ त्यांना काम करण्याची संधी मिळाली.

बिरबल साहनी यांचे एक वैशिष्ट्य म्हणजे ते अत्यंत साधे आणि नेहमी आपल्या कामात तल्लीन असायचे. खोटा दिखाऊपणा किंवा कामाचा दिखावा त्यांना आवडत नव्हता. एकदा एक परदेशी त्यांना भेटायला आला. बिरबल साहनीचं नाव त्यांनी खूप ऐकलं होतं. लखनौ विद्यापीठात आल्यावर त्यांनी कोणालातरी बिरबल साहनी यांच्या निवासाबद्दल विचारले. त्या व्यक्तीने व्हरांड्याच्या दिशेने बोट दाखवले. एका कोपऱ्यात सूक्ष्मदर्शकाकडे डोळे लावून ते आपल्या कामात मग्न होते. आश्चर्याने परदेशीने विचारले, 'डॉ. साहनी, तुमची स्वतःची प्रयोगशाळा नाही का ?' बिरबल साहनी उत्तरले, 'त्याची काय गरज आहे ?' अगदी छोट्या पोटमाळ्यावर बसूनही छान शोध लावता येतात. हे एकून परदेशी आश्चर्यचकीत झाला.

डॉ. साहनी यांच्या विनोदबुद्धीच्या अनेक कथा आहेत. एकदा ते अझोला पिनाटा या सूक्ष्म जल वनस्पतीवर काम करत होते. अचानक त्यांचा मित्र डॉ. सेन यांनी त्यांना बोलताना विचारले, 'तुझ्याकडे अझोला असणे आवश्यक आहे का ? साहनी हसत हसत म्हणाले, 'हो-हो, का नाही ! ते त्याच वेळी आत गेले आणि अझोलाच्या जीवाश्माचा एक नमुना घेऊन आले. ते डॉ. सेन यांच्याकडे वळत अतिशय निरागसपणे म्हणाले, 'बघा, जरा जपून धरा, बिचारी आता फक्त साठ लाख वर्षांची आहे!'

'बिरबल साहनी यांना दुरच्या प्रवासाची आवड होती. अनेक वेळा अशा प्रवासात त्यांना दुर्मिळ प्रजातीच्या वनस्पती, जुन्या वस्तू आणि जीवाश्म मिळायचे. ते विद्यार्थ्यांनाही सोबत घेऊन त्यांच्यात उत्साह पैदा करून त्यांना जीवाश्मांबद्दल सांगायचे.

बिरबल साहनी यांनी त्यांची संपूर्ण मालमत्ता पुरातत्वशास्त्राज्ञांच्या सोसायटीला दान केली. या पॅलेओबॉटनिकल इन्स्टिट्यूटचा पाया पंडित जवाहरलाल नेहरू यांनी घातला. बिरबल साहनी यांच्यासाठी हे स्वप्न सत्यात उतरल्यासारखे होते. पण दुर्दैव, एका आठवड्यानंतर म्हणजे १० एप्रिल १९४९ रोजी त्यांचे निधन झाले. त्यानंतर त्यांच्या पत्नी श्रीमती सावित्री साहनी यांनी त्याची जबाबदारी स्वीकारली. आजही ही संस्था आपल्याला या महान पुरातत्त्वशास्त्राज्ञाची आठवण करून देते आणि काहीतरी नवीन करण्याची प्रेरणा देते.

३२.

डॉ. मेघनाद साहा

कल्पक शास्त्रज्ञ

(१८९३-१९५६)

विज्ञानाला वैज्ञानिकदृष्ट्या प्रगत आणि प्रगतीशील देश बनवण्यासाठी अथक परिश्रम घेतलेल्या आणि देशातील तरूणांमध्ये विज्ञान लोकप्रिय करण्यासाठी अथक प्रयत्न करणाऱ्या शास्त्रज्ञांपैकी मेघनाद साहा, हे भारतातील आघाडीचे शास्त्रज्ञ आहेत. तसेच प्रसिद्ध शास्त्रज्ञ असण्यासोबतच मेघनाद साहा हे देशभक्त देखील होते, ज्यांचे हृदय आपल्या देशाच्या प्रगती आणि समृद्धीसाठी प्रत्येक क्षण अस्वस्थ होते. त्याच्यासाठी विज्ञान हे देशाच्या नवनिर्माणाचे आणि मानवतेच्या सेवेचे साधन होते.

ढाका जिल्ह्यातील सेयोरातली गावात ६ ऑक्टोबर १८९३ रोजी जन्मलेले डॉ. मेघनाद साहा यांना लहानपणापासूनच पुस्तके वाचण्याची आणि काहीतरी नवीन करण्याची आवड होती. घरची परिस्थिती चांगली नव्हती, पण मेघनाद साहाची स्वप्ने मोठी होती आणि त्यांना काहीतरी करण्याची इच्छा होती. त्याचवेळी त्यांच्यात देशप्रेमाची भावना खोलवर भरलेली होती. आपल्या देशातील लोकांची अवस्था पाहून त्यांना वाईट वाटायचे. इंग्रजांनी बंगालची फाळणी केली तेव्हा देशभर संतापाची लाट पसरली. तेव्हा मेघनाद साहा हे विद्यार्थी होते, पण त्यांना स्वतःमध्ये तीव्र तळमळ जाणवत होती. त्यांना लवकरच आपला राग व्यक्त करण्याचा मार्ग सापडला. त्याचे असे झाले की बंगालचे ब्रिटिश गव्हर्नर त्यांच्या शाळेला भेट देणार होते. सर्व मुलांना

त्या दिवशी शाळेत यायलाच हवे असे सांगण्यात आले. पण त्या दिवशी मेघनाद साहा मुद्दाम शाळेत गेले नाही. त्यावरून त्याचे नाव शाळेतून काढून टाकण्यात आले. इतकंच नाही तर त्यांना शिकण्यासाठी मिळणारी शिष्यवृत्ती बंद झाली. त्यामुळे मेघनाद साहाची आर्थिक परिस्थिती आणखीच बिकट झाली. पण त्यामुळे ते अजिबात परेशान झाले नाहीत. इंग्रजांविरुद्ध संपूर्ण देशाचा राग त्यांनी प्रतिकात्मक स्वरूपातही व्यक्त केला, याचा त्यांना आनंद होता.

मेघनाद साहा हे हुशार विद्यार्थी होते. म्हणूनच त्यांना ज्या दुसऱ्या शाळेत प्रवेश मिळाला, तिथेही ते पहिला आले. त्यामुळे त्याचा आत्मविश्वास आणखीनच वाढला. नंतर पुढील शिक्षणासाठी प्रेसिडेन्सी कॉलेज, कोलकाता येथे गेले, जिथे त्यांना जगदीश चंद्र बसू आणि प्रफुल्ल चंद्र रे यांसारख्या भारतातील सर्वोच्च शास्त्रज्ञांचे समर्थन आणि आशीर्वाद मिळाले. सत्येंद्रनाथ बोस, पी.सी. महालानोबिस सारखे हुशार विद्यार्थी होते ज्यांनी महान कार्य केले आणि जगभर कीर्ती मिळवली.

महाविद्यालयीन शिक्षणानंतर साहासमोर प्रश्न उभा राहिला की पुढे काय करायचे ? कुटुंबाची आर्थिक परिस्थिती खरोखरच बिकट होती आणि सर्वांच्या नजरा मेघनाद साहावर होत्या. पण सुभाषचंद्र बोस आणि डॉ. राजेंद्र प्रसाद यांच्यासारख्या स्वातंत्र्यसैनिकांशी जवळीक असल्याने त्यांना सरकारी नोकरी मिळाली नाही. त्यानंतर ते संशोधन कार्यात गुंतले. मधल्या काळात ट्यूशन देऊन त्यांनी कसातरी आपला गुजारा केला. १९१७ मध्ये ते युनिव्हर्सिटी कॉलेज ऑफ सायन्समध्ये प्राध्यापक झाले. पण पारंपारीक पद्धतीने नोकरी करीत रहाणे त्यांना पसंत नव्हते. म्हणूनच त्यांनी भौतिकशास्त्रात होत असलेल्या नवीनतम शोधांमध्ये रस घेतला. सापेक्षतावाद, थर्मोडायनामिक्स आणि अणू सिद्धांत हे त्यांचे आवडते विषय होते, ज्यात त्यांना नवीन माहिती गोळा करणे आणि नवीन पुस्तके वाचणे आवडायचे. प्रिझम इत्यादीमधून सूर्यप्रकाश बाहेर पडल्यावर तयार होणाऱ्या रंगांच्या क्रमाचा (स्पेक्ट्रम) त्यांनी अभ्यास केला. तसेच त्यापासून तयार झालेल्या कमी आणि जास्त जाडीच्या वर्णक्रमीय रेषा स्पष्ट केल्या. त्यांनी या संदर्भात दिलेले सूत्र, सूर्य व इतर ताऱ्यांचे दाब, तापमान इत्यादी वर्णपट रेषांद्वारे शोधता येतात. मेघनाद साहाच्या या शोधामुळे प्रकाश-अंतराळ आणि तारा-भौतिकशास्त्रावर काम करणाऱ्या शास्त्रज्ञांमध्ये खळबळ उडाली. त्यांना खरोखरच एका मोठ्या समस्येवर उपाय सापडला होता. मात्र, मेघनाद साहा यांनी हा शोध लावला तेव्हा ते केवळ पंचवीस वर्षांचे तरूण होते. त्यांच्या या शोधाला खगोलभौतिकी क्षेत्रात झालेल्या काही प्रमुख आणि ऐतिहासिक शोधांमध्ये स्थान मिळाले.

अल्पावधीतच मेघनाद साहा यांची गणना खगोल भौतिकशास्त्रातील नामवंत शास्त्रज्ञांमध्ये होऊ लागली. १९२७ मध्ये त्यांना रॉयल सोसायटीचे सदस्य पद देण्यात आले. अलाहाबाद विद्यापीठात नियुक्ती झाल्यानंतर ते अहोरात्र अभ्यास-अध्यापन आणि संशोधन कार्यात मग्न झाले. पण त्याच वेळी ते तरूण शास्त्रज्ञांना सतत नवनवीन गोष्टी करण्यासाठी प्रोत्साहन देत असत. तेथून कोलकात्यात आल्यावर त्यांनी सूर्याकडून येणाऱ्या रेडिओ लहरी आणि किरणोत्सर्गीतेवर संशोधन केले, जे या दिशेने महत्त्वाचे काम मानले गेले.

त्यांना अणुसिद्धांतात प्रचंड रस होता आणि कालांतराने त्याचे वाढते महत्त्व लक्षात आले. अणुऊर्जेचा वापर देशाच्या नव्या उभारणीसाठी आणि मोठ्या सर्जनशील कामांसाठी होऊ शकतो, असा त्यांचा विश्वास होता. पण त्यासाठी सतत संशोधन आणि मेहनत आवश्यक आहे. यासाठी त्यांनी 'इन्स्टिट्यूट ऑफ न्यूक्लियर फिजिक्स'चा पाया घातला ज्याने या दिशेने खरोखरच महत्त्वपूर्ण कार्य केले आहे.

मेघनाद साहा हे केवळ पुस्तकी शास्त्रज्ञ नव्हते. देशातील गरीब जनतेच्या वेदना आणि त्यांच्यासाठी सतत मंथन करीत होते आणि त्यांना भारताची सतत प्रगती पहायची होती. त्यासाठी त्यांनी राजकारणात जायलाही मागेपुढे पाहिले नाही. १९५२ मध्ये त्यांनी संसदेची निवडणूक लढवली आणि जिंकली. मनापासून लोक त्याच्यांवर प्रेम करीत असत. म्हणूनच एवढा मोठा शास्त्रज्ञ असूनही त्यांच्यात कुठलाही दिखावा किंवा परकेपणा जाणवत नव्हता. लोक मोकळेपणाने त्यांच्या व्यथा, समस्या त्यांना सांगू शकत होते. डॉ. साहा त्यांना जे करता येईल ते करीत असत. इतक्या कामाचा व्याप सांभाळून देखील ते रात्रंदिवस आपल्या वैज्ञानिक संशोधनात गुंतलेले असत.

सर्व काही असतानाही या दूरदर्शी आणि सदैव क्रियाशील शास्त्रज्ञाचे १६ फेब्रुवारी १९५६ रोजी वयाच्या ६३ व्या वर्षी निधन झाले. पण भारताला एक प्रगत वैज्ञानिक देश बनवण्याचे त्यांनी पाहिलेले आशादायक स्वप्न बरेचसे पूर्ण झाले आहे. आजच्या पिढीतील कृतज्ञ राष्ट्राचे शास्त्रज्ञ आजही त्यांना आदराने स्मरण करतात.

३ ३.

सत्येंद्रनाथ बोस

ज्यांना भारताचे आईन्स्टाईन म्हणतात.

(१८९४-१९७४)

सत्येंद्रनाथ बोस हे आधुनिक भारतातील अपवादात्मक प्रतिभावान शास्त्रज्ञांपैकी एक आहेत. महान शास्त्रज्ञ आईन्स्टाईन यांच्यासोबत त्यांनी जो दुर्मिळ शोध लावला, त्याला बोस-आईनस्टाईन स्टॅटिस्टिक्स म्हणतात. इतकंच नाही तर स्वतः आईन्स्टाईन यांनी त्यांचे वैज्ञानिक लेख जर्मन भाषेत अनुवादित करून आदराने छापले. सत्येंद्रनाथ बोस यांच्या जीवनातील ही एक मोठी उपलब्धी होती आणि यामुळेच त्यांची कीर्ती एक विलक्षण गुणवत्तेचे शास्त्रज्ञ म्हणून जगभर पसरली.

१ जानेवारी १८९४ रोजी कलकत्ता येथे जन्मलेले सत्येंद्रनाथ बोस लहानपणापासूनच अतिशय हुशार आणि तेजस्वी होते. ते विशेषतः गणितात इतका हुशार होते की, शाळेतील गणिताचे शिक्षक उपेंद्रनाथ बक्षी यांनी त्यांना गणिताच्या प्रश्नपत्रिकेत शंभरपैकी एकशे दहा गुण दिले होते. पुढे, प्रेसिडेन्सी कॉलेज, कोलकाता येथे शिकत असताना, सत्येंद्रनाथ बोस, जगदीशचंद्र बोस आणि प्रफुल्ल चंद्र रे यांसारख्या प्रतिभाशाली शास्त्रज्ञांच्या संपर्कात आले. तेव्हापासून विज्ञानाच्या क्षेत्रात काही मोठे काम करण्याची इच्छा त्यांच्या मनात निर्माण झाली.

कलकत्ता विद्यापीठाचे नवे विज्ञान महाविद्यालय उघडल्यावर सत्येंद्रनाथ बोस तेथे व्याख्याता म्हणून नियुक्ती झाले. पण सत्येंद्रनाथ अभ्यासाच्या जुन्या पद्धतीवर खूश

नव्हते. भौतिकशास्त्रात जे नवनवीन शोध लावले जात होते ते ते चांगल्या प्रकारे समजून घेत असत आणि त्याबद्दल ते विद्यार्थ्यांना मोठ्या आवडीने सांगत असत. जर्मन शास्त्रज्ञ पी. जे. ब्रुहानला भेटल्यावर त्यांनी विज्ञानाची नवीन पुस्तके वाचायला सुरूवात केली. १९२० मध्ये त्यांनी आईनस्टाईनच्या सापेक्षतेच्या सिद्धांतावरील शोधनिबंधाचे जर्मनमधून इंग्रजीत भाषांतर केले.

सत्येंद्रनाथ बोस बर्लिनमध्ये असताना एका मित्राने त्यांना ढाका विद्यापीठात रीडरच्या पदासाठी अर्ज करण्यास सांगितले. पण सत्येंद्रनाथ बोस यांच्याकडे डॉक्टरेटची पदवी नसल्याने अडचण झाली. मित्राने सुचवले, 'आईन्स्टाईनने शिफारस पत्र लिहिल्यास चालेल. 'सत्येंद्रनाथ बोस यांनी आईनस्टाईनला हे संकोच करीत सांगितले. आईन्स्टाईनला खूप आश्चर्य वाटले. ते म्हणाले, 'तुम्ही इतके काम केले आहे. तुम्हाला अजूनही प्रमाणपत्राची गरज आहे का ? लगेच आईनस्टाईन यांनी पत्र लिहिल्यावर सत्येंद्रनाथ बोस यांची ढाका विद्यापीठात रीडर या पदावर नियुक्ती झाली.

यानंतरही सत्येंद्रनाथ बोस यांचे संशोधन कार्य सुरूच राहिले. १९२४ मध्ये त्यांनी प्रसिद्ध शास्त्रज्ञ मॅक्स प्लँक्स यांच्या क्वांटम सिद्धांतासंदर्भात 'प्लँकचा नियम आणि प्रकाश क्वांटम हायपोथिसिस' हा महत्त्वाचा संशोधन लेख लिहिला. हा लेख अनेक नामांकित जर्नल्समध्ये प्रकाशनासाठी पाठवण्यात आला होता. पण सगळीकडून परत आला. मग सत्येंद्रनाथ बोस यांनी ते आईनस्टाईनकडे पाठवला. आईनस्टाईनला हा लेख इतका आवडला की त्यांनी स्वतःच त्याचा जर्मन भाषेत अनुवाद करून मोठ्या सन्मानाने तो प्रकाशित केला. यानंतर अचानक बोस यांचे नाव जगभरात प्रसिद्ध झाले. बोस यांच्या या शोधनिबंधाचा क्वांटम स्टॅटिस्टिक्सच्या शोधात मोठा वाटा होता. या आकडेवारीला बोस-आईन्स्टाईन आकडेवारी असे नाव देण्यात आले. तसेच, बोसच्या आकडेवारीनुसार मूलभूत कणांना फोटॉनच्या धर्तीवर 'बोसॉन' असे नाव देण्यात आले.

आईन्स्टाईनशिवाय सत्येंद्रनाथ बोस यांनाही मॅडम क्युरी यांच्यासोबत काम करण्याची संधी मिळाली. जेव्हा ते मॅडम क्युरीला भेटले आणि त्यांना आपली इच्छा सांगितली तेव्हा त्या संकोचतेने म्हणाल्या, 'आधी फ्रेंच शिका.' यावर बोसने फ्रेंचमध्ये उत्तर दिले, 'मॅडम, मला फ्रेंच येते.' हे ऐकून मॅडम क्युरीला आनंद झाला. त्यांनी आपल्या सोबत काम करणाऱ्या सहाकाऱ्यांत त्यांचा समावेश केला.

सत्येंद्रनाथ बोस त्या शास्त्रज्ञांपैकी होते, ज्यांच्यासाठी विज्ञान काही वेगळी गोष्ट नव्हती. त्यांचे पूर्ण जीवनच विज्ञानमय होते. जे नवीन नवीन वैज्ञानीक शोध

आणि काम होते होते, त्यांना समजणे आणि नव्या नव्या वैज्ञानीक शोधांना जीवनासोबत जोडण्याची इच्छा शेवटपर्यंत त्यांच्या मनात होती. त्यांनी अनेक लोकांना वैज्ञानीक अभ्यास आणि संशोधनासाठी पुढे येऊन काम करण्याची प्रेरणा दिली. जे कोणी त्यांना भेटत, त्यांच्या अगाध ज्ञान आणि विचारामुळे प्रभावित झाल्याशिवय रहात नसत.

सन १९७४ मध्ये ८० वयाचे असताना सत्येंद्रनाथ बोसचा सत्कार करण्यासाठी कलकत्त्यात एक भव्य समारोह झाला. त्यात त्यानी म्हटले, माझ्या शोधाचा आज जगाने स्वीकार केला आहे. माझ्या जीवनाचा उद्देश पूर्ण झाला. आणखी जगून तरी काय करणार!"

याच्या बरोबर एक महिन्यानंतर ४ फेब्रुवारी १९७४ रोजी त्यांचे देहावसन झाले. परंतु सत्येंद्रनाथांच्या असामान्य प्रतिभेची आणि तेजस्वीपणाची झलक भारतीय माणूस आजही विसरलेला नाही.

३४.

शांतिस्वरूप भटनागर

भारताच्या वैज्ञानीक प्रगतीचे मार्गदर्शक

(१८९४-१९५५)

आधुनिक भारताच्या यशस्वी आणि चर्चित शास्त्रज्ञांत शांतीस्वरूप भटनागर यांचे नाव देखील मोठ्या आदराने घेतल्या जाते. भारताला विज्ञानाच्या प्रगतीपथावर घेऊन जाण्यात डॉ. भटनागर यांचे काम आणि भूमिका अत्यंत महत्त्वाची आहे. त्यांना स्वतंत्र भरारताचे महान सारथी म्हटल्या जाऊ शकते. ज्यांच्यामुळे भारत औद्योगिक विकासात इतक्या वेगाने पुढे जाऊ शकला. भारतात अशाप्रकारचे स्वप्नं पहाणे आणि त्यासाठी योजना तयार करणाऱ्या शास्त्रज्ञांत शांतिस्वरूप भटनागर सर्वप्रथम आहेत.

शांतिस्वरूप भटनागर यांचा जन्म २१ फेब्रवारी १८९४ राजी शाहपुर जिल्ह्याच्या (आता पाकिस्तानात) भेरा गावात झाला होता. त्यांचे घराणे अत्यंत प्रतिष्ठित असे होते. पण वडील ब्रह्मसमाजी होते. आपले स्वतंत्र विचार आणि स्वाभिमानामुळे त्यांनी अनेक उच्च पदांना नाकारून एका हाईस्कुलचे मुख्याद्यापक म्हणून काम करणे पसंत केले. यामुळेच घरातील वडीलधाऱ्यांनी त्यांना संपत्तीमधून बेदखल केले. शांतिस्वरूप भटनागरचे बालपण अभाग्रस्ततेत आणि गरिबीत गेले. वडिलांच्या मृत्यूनंतर तर परिस्थिती अधिकच हालाखीची झाली. आई त्यांना घेऊन (जिल्हा सिंकदराबाद) माहेरल्या गेल्या. इथेच शांतिस्वरूपचे शिक्षण झाले.

पुढील शिक्षणासाठी ते लाहोरला गेले. तिथे विज्ञान आणि उर्दू दोन्ही विषयात

त्यांची प्रतिभा अशी समोर आली की त्यांचे शिक्षक देखील त्यांचे कौतूक करून थकत नाहीत. विद्यार्थी जीवनातच त्यांना विज्ञानाचे प्रयोग करण्यात फारच आनंद मिळत होता. त्यांनी असेच त्यांच्या एका प्रयोगबद्दल 'लीडर' नावाच्या पत्रात लिहिले होते, ज्याकडे अनेक शास्त्रज्ञांनाचे लक्ष वेधले होते. सर्वांनी त्यांचे कौतूक केले.

डॉ. भटनागर यांचे स्वप्नं होते की भारताने विज्ञानाच्या नवीन नवीन शोधाच्या माध्यमातून औद्योगिक विकासाच्या मार्गावर चालावे. या अर्थाने त्यांनी असे शोध लावले, ज्यांचा उद्योगाच्या विकासात थेट उपयोग झाला. अनेकदा मोठ्या मोठ्या कंपनी आणि उद्योगाचे मालक त्यांच्याकडे त्यांच्या अडचणी घेऊन येत असत. डॉ. भटनागर अगदीच गंभीरपणे त्यांच्या समस्या ऐकत आणि त्या सोडवत. प्रसन्न होऊन एका उद्योगपतीने तर त्यांना मोठी रक्कम दिली. परंतु डॉ. भटनागर यांनी ती रक्कम नवीन शोधासाठी लागणाऱ्या उपकरणावर खर्च केली. त्यामुळे तरूणांना काम करण्याची संधी मिळाली.

यामुळेच डॉ. भटनागर यांचे नाव सर्वत्र झाले. सन १९१९ मध्ये एम. एस. सी. च्या परीक्षेनंतर दयालसिंह कॉलेज ट्रस्टकडून मिळणाऱ्या शिष्यवृत्तीमुळे ते शोधकार्यासाठी इंग्लडला गेले. तीन वर्षे सतत शोध कार्यात घातल्यावर त्यांनी डी. एस. सी. ची डिग्री प्राप्त केली. भारतात परतल्यावर त्यांची नियुक्ती लाहोर विद्यापीठात फिजिकल केमिस्ट्रीचे प्रोफेसर म्हणून काम करू लागले. इथे पण डॉ. भटनागर यांचे कार्य चालूच राहिले. त्यांचे विशेष कार्य चुबंकीय रसायन हे होते.

सन १९४० मध्ये व्हाइसरॉय लॉर्ड लिनलिथगो लाहोरात त्यांची प्रयोगशाळा पहायला आले आणि त्यांच्या शोध कार्याने प्रभावीत झाले. भारत सरकारने उद्योगात वैज्ञानीक शोधाचा फायदा मिळावा महणून वैज्ञानीक तसेच औद्यौगिक संशोधन बोर्डाची स्थापना केली. डॉ. भटनागर याचे संचालक बनले. या पदार काम करीत असताना त्यांनी अनेक महत्त्वाचे शोध लावले, ज्याचा फायदा भारतीय उद्योग विकासासाठी झाला. ते भारतीय उद्योगासमोर येणाऱ्या तांत्रीक अडचणी आणि व्यावहारीक अडचणीच्या संदर्भात देखील जागृत होते आणि त्याचे वैज्ञानीक उत्तर शोधण्याच्या कामी लागत. परिणामी आजच्या औद्योगिक विकासाला एका उंचीवर घेऊन जाण्यासाठी एक ऐतिहासिक महत्त्वाचे काम त्यांनी करून दाखवले.

भारत स्वतंत्र झाल्यावर देशाचे पहिले पंतप्रधान जवाहरलाल नेहरू यांचे त्यांना पूर्ण सहकार्य मिळाले. नेहरूजी भटनागर यांच्या वैज्ञानीक प्रतिभेने आणि देशभक्तीने प्रभावित होते. डॉ. भटनागरने एका नंतर एक पूर्ण देशात राष्ट्रीय

प्रयोगशाळेची स्थापना करून त्यांची अशी एक पुरेशी श्रखंला बनवली, जिने देशाला, विज्ञानाला प्रगतीच्या मार्गावर घेऊन जाणे आणि वैज्ञानीक दृष्टीने भारताला एक महाशक्ती बनविण्याच्या हेतूने मोठी भूमिका बजावली.

डॉ. भटनागरांचे स्वप्नं होते की देशतील प्रत्येक तरूण शास्त्रज्ञानाला त्याच्या जवळपासच वैज्ञानीक अभ्यास आणि शोधासाठी पुरेशी संधी मिळावी. ते उद्याच्या भारताचे स्वप्नं पहात होते, ज्यामुळे भारत जगातला प्रमुख देश बनेल. आणि खरोखरच आगामी काळातील शास्त्रज्ञांनी ते काही प्रमाणात पूर्ण करून दाखविले.

१ जानेवरी १९५५ रोजी हृदय विकाराच्या झटक्याने भारताच्या या महान शास्त्रज्ञाचा देहांत झाला. परंतु भारताच्या वैज्ञानीक विकासाच्या मानसिक चित्राला कोणी काळजीपूर्वक पाहिल्यास, डॉ. भटनागरांचे महान योगदान त्यांच्या डोळयासमोर आपोआपच येईल.

३५.

होमी जहाँगीर भाभा

ज्यांनी अणुसंशोधनाचा पाया रचला

(१९०९-१९६६)

आधुनिक काळात ज्या प्रतिभाशाली शास्त्रज्ञामुळे भारताचे नाव आज अणुविज्ञानाच्या शिखरावर पोहचले आहे, त्यात होमी जहाँगीर यांचे नाव प्रथमस्थानी आहे. या महान दुरदर्शी शास्त्रज्ञाने भारतात अणु कार्यक्रमाचा जो भक्कम पाया रचला, एकापाठोपाठ एक संशोधनाच्या पायऱ्या चढत आज भारताला जगातील आघाडीची अणुशक्ती म्हणून ख्याती मिळवता आली आहे. सपंर्ण जग आज भारताला अणुशक्ती असलेला शक्तीशाली देश म्हणून ओळखत आहे.

होमी जाहाँगर भाभांचा जन्म ३० ऑक्टोबर १९०९ रोजी मुंबईच्या एका प्रतिष्ठित पारसी घरात झाला. त्यांचे वडील जहाँगीर एच. भाभा वकील होते. आई मेहरबाई फ्रेमजी पांडे देखील अत्यंत सुसंस्कृत महिला होत्या. मुंबईमध्ये प्राथमिक शिक्षणानंतर होमी जहाँगीर भाभा पुढील शिक्षणासाठी केब्रींजला गेले, जिथे त्यांना अनेक प्रतिष्ठित शास्त्रज्ञांचा सहवास मिळाला. तेथून परतल्यावर ते बंगोलरच्या इंडियन इंस्टिट्यूट ऑफ सांइस मध्ये भौतिकशास्त्राचे रिडर म्हणून काम करू लागले. परंतु होमीला यापेक्षा वेगळेच काही करायचे होते.

काही वर्षांनंतर ते मुंबईला आले आणि एक नवी संस्था टाटा इंस्टिट्यूट ऑफ फंडामेंटल रिसर्चचे संचालक बनले. ही संस्था भाभांच्या स्वप्नांचे वास्तवीक रूप

होते. खरे तर भाभा खूप विचार करीत होते की आजपासून काही वर्षांनतर ज्यावेळी अणुंचा उपयोग वीजनिर्मितीसाठी केल्या जाईल, त्यावेळी भारत याबाबतीत कोणत्याही बाबतीत मागे नसावा. टाटा इंस्टिट्यूट ऑफ फंडामेंटल रिसर्चची स्थापना हेच स्वप्नं डोळ्यासमोर ठेवून करण्यात आली होती.

सन १९४८ मध्ये भारतात परमाणू उर्जा आयोगाची स्थापना झाली. त्यावेळी डॉ. भाभाला याचे अध्यक्ष करण्यात आले. शांततापूर्ण कार्यासाठी परमाणु उर्जेचा वापर करण्याचे स्वप्नं तत्कालीन पंतप्रधान जवाहरलाल नेहरू यांना आवडले होते. त्यांनी शक्य तितकी डॉ. भाभा यांना मदत केली आणि पहाता पहाता भारत या क्षेत्रात एका नव्या युगांतरापर्यंत आला.

याशिवाय अणुविज्ञानात भाभांच्या शोधाला विशेष महत्त्व आहे. इलेक्ट्रोन द्वारा विकिरण उर्जा-क्षय आणि प्रोटाने द्वारा जोड-उत्पादनाचे तत्त्व हा डॉ. भाभा यांचा महत्वूपर्ण शोध होता. ज्याकडे जगातील सर्व शास्त्रज्ञाचे लक्ष गेले. पण भाभांचे यापेक्षाही महत्त्वाचे काम होते, देशात अणुभट्ट्या बांधण्याची क्षमता निर्माण करणे. त्यांच्यामुळेच आज भारत स्वतः अणुभट्ट्या बनवणारा जगातला एक महत्त्वाचा देश बनला आहे.

डॉ. भाभा यांना संगीत आणि चित्रकला यांची फार आवड होती आणि त्यांनी काढलेली काही अतिशय सुंदर चित्रे आपल्याला पायला मिळतात. आश्चर्य ! विज्ञानासाठी इतका वेळ दिल्यानंतरही भाभा यांनी या आवडीसाठी वेळ काढला.

२४ जानेवारी १९६६ राजी एका विमान दुर्घटेनेत भारताच्या या असामान्य प्रतिभाशाली शास्त्रज्ञाचा मृत्यू झाला. पण भारताला एक मोठा अणुशक्ती असलेला देश बनविण्याचे त्यांचे स्वप्नं अपूर्ण नाही. ते कधीही पूर्ण होऊ शकते.

३६.

विक्रम अंबालाल साराभाई

भारत के प्रसिद्ध अंसरिक्ष-विज्ञानी

(१९१९-१९७१)

आधुनिक युगात भारताला वैज्ञानीक दृष्टीने संपन्न, उन्नत आणि शक्तीशाली देश घडविण्यात ज्या शास्त्रज्ञांनी सर्वाधिक योगदान दिले, त्यात विक्रम अंबालाल साराभाई देखील आहेत. विक्रम साराभाई हे अंतराळ संशोधनाच्या बाबतीत भारतातील अव्वल शास्त्रज्ञांमध्ये गणले जातात. या संदर्भात, होमी जहांगीर भाभा यांच्यानंतरच्या पिढीतील वैज्ञानिकांमध्ये ते भारतीय जनतेचे सर्वात प्रस्थापित आणि लाडके शास्त्रज्ञ आहेत.

१२ ऑगस्ट १९१९ रोजी संपन्न पारशी कुटुंबात जन्मलेले विक्रम साराभाई लहानपणापासूनच अतिशय प्रखर, तल्लख आणि चिंतनशील होते. ज्या कुटुंबात त्यांचा जन्म झाला त्या कुटुंबात शिक्षणाच्या सर्व सुख-सोयी होत्या आणि विक्रमला सुरुवातीपासूनच पुस्तक वाचनाची आवड होती. पैसा कमवण्याऐवजी ज्ञान मिळवून देशासाठी काम करण्याचे त्यांनी ठरवले होते. त्यांची आवड सुरूवातीपासूनच गणित आणि भौतिकशास्त्रात होती आणि त्यांनी भौतिकशास्त्रातच काम करीत करीत नवीन शोध लावण्याचे ठरवले.

१९४३ मध्ये विक्रम साराभाई अंतराळ-किरणांचा अभ्यास करण्यासाठी काश्मीरला गेले. पण इथे हिमालयाच्या नैसर्गिक सौंदर्याने त्यांना इतके मोहीत केले की त्यांना वाटले, 'अंतराळ-किरणांवरील संशोधनासाठी मी इथे माझी स्वतःची प्रयोगशाळा

बांधू शकलो तर किती बरे होईल! मात्र, या दिशेने पुढील संशोधनासाठी ते इंग्लंडला गेले. परत आल्यावर त्यांनी अहमदाबादमध्ये भौतिकशास्त्र संशोधन प्रयोगशाळा स्थापन केली. ही देखील भाभांची उच्च शिक्षणाला वाहिलेली 'टाटा इन्स्टिट्यूट ऑफ फंडामेंटल रिसर्च' सारखीच संस्था होती. फरक एवढाच होता की भाभा यांच्या संस्थेचा अणुकार्यक्रम आणि संशोधनावर अधिक भर होता आणि विक्रम साराभाईंची संस्था अवकाश संशोधनाला केंद्रस्थानी ठेवून चालत होती.

सत्य हे आहे की अंतराळ विज्ञानाच्या दृष्टिकोनातून आज भारताची गणना जगातील काही प्रगत देशांमध्ये होत आहे, त्यामुळे याचे श्रेय विक्रम साराभाई यांच्या दूरदृष्टी, समर्पण आणि प्रतिभेला जाते. त्यांच्यामुळेच इंडियन स्पेस रिसर्च ऑर्गनायझेशन (इस्रो) च्या क्रियाकलापांचा विस्तार झाला आणि नवीन अंतराळ तंत्रज्ञान भारतात आले. १९७५ मध्ये आर्यभट्ट उपग्रह अवकाशात पाठवण्यात आला. यामागे विक्रम साराभाई यांची योजना आणि कल्पना होती. याशिवाय ते आयुष्यभर अवकाश-किरणांच्या अभ्यासात तल्लीन राहिले आणि या संदर्भातील त्यांनी लावलेल्या शोध आणि प्रतिष्ठापनांनी अवघ्या जगाचे लक्ष वेधून घेतले.

वास्तविक, विक्रम साराभाईंना वाटले की कोणत्याही राष्ट्राच्या विकासात अंतराळ विज्ञान खूप मोठी भूमिका बजावत असते. वातावरणातील सखोल रहस्ये, सूर्य आणि निसर्गाचे स्वरूप समजून घेण्यासाठी त्याची आपल्याला खूप मदत होईल. यासोबतच सर्व प्रकारच्या वैज्ञानिक घडामोडींमध्ये त्याची स्वतःची मोठी भूमिका असेल. या संदर्भात नवीन पिढीतील अनेक तरुण वैज्ञानिकांनी अवकाश विज्ञानात नवनवीन शोध लावून त्यांनी दाखविलेल्या मार्गावर चालत अत्यंत महत्त्वाचे कार्य केले आहे.

तसेच विक्रम साराभाई यांचे विज्ञान लोकप्रिय करण्याचे मोठे ध्येय होते. विज्ञान हा केवळ काही शास्त्रज्ञांच्या किंवा विज्ञानाचा अभ्यास करणाऱ्या विद्यार्थ्यांच्या आवडीचा विषय होऊ नये, तर जनतेनेही त्यात रस घ्यावा आणि त्यात मोठी आणि प्रभावी भूमिका बजावली पाहिजे. देशाचा वैज्ञानिक विकास करा तरच देशात होत असलेल्या नवनवीन संशोधनाशी जोडून भारताला त्या दिशेने पुढे नेणारी तरूण वैज्ञानिकांची प्रतिभावान पिढी देशात उदयास येईल. याशिवाय विक्रम साराभाई कपडे उद्योग तसेच भारतातील इतर अनेक उद्योगांच्या आधुनिकीकरणाच्या बाजूने होते, जेणेकरून या उद्योगांमधून चांगले परिणाम मिळू शकतील आणि त्यांना उत्पादन तसेच कलात्मक परिपूर्णता मिळेल. या संदर्भात त्यांनी अनेक संस्था देखील स्थापन केल्या आणि

पुढकार घेऊन काम केले. त्याचप्रमाणे, औषध उद्योगात त्यांनी केलेल्या मानकीकरणाच्या युगप्रवर्तक कार्याचे महत्त्व आज प्रत्येकजण स्वीकारतात.

३१ डिसेंबर १९७१ रोजी वयाच्या ५२ व्या वर्षी भारताच्या नव्या उत्साहाने भरलेल्या या तेजस्वी शास्त्रज्ञाचे निधन झाले. पण आधुनिक भारताच्या वैज्ञानिक विकासात आणि भारताच्या अंतराळ संशोधनाला गती आणि उंची देण्यात त्यांनी जी महत्त्वाची भूमिका बजावली, ती आजही आपण आदराने स्मरतो.

सत्य हे आहे की, एकविसाव्या शतकात भारताला विज्ञानाच्या शिखरावर ज्यांनी खऱ्या अर्थाने नेले, त्यांच्यापैकी विक्रम साराभाई हे देखील एक आहेत, जे आज आपल्यात नसले तरी एका उज्ज्वल स्वप्नाच्या रूपात आपल्याला सर्वत्र दिसत आहेत.

३७.

हरगोविंद खुराणा

ज्यांनी अनुवंशशास्त्रात मोठा शोध लावला

(जन्म १९२२)

भारतीय वंशाच्या वैज्ञानिकांमध्ये हरगोविंद खुराणा यांचे नाव सर्वात प्रसिद्ध आहे, ज्यांनी आपल्या उत्कृष्ट वैज्ञानिक शोधांनी संपूर्ण जगाचे लक्ष वेधून घेतले आणि भारताचा झेंडा दूरवर फडकवला, त्यांची आठवण पहिल्यांदा येते. जेनेटिक्स किंवा आनुवंशिक शास्त्रातील आपल्या युगप्रवर्तक शोधांनी त्यांनी संपूर्ण जगाला हे पटवून दिले की भारतीय लोक अजूनही ज्ञानात किंवा प्रतिभेमध्ये मागे नाहीत. त्यांना योग्य परिस्थिती आणि संसाधने मिळाली तर ते बरेच काही करू शकतात.

९ जानेवारी १९२२ रोजी पंजाबमधील रायपूर गावात जन्मलेल्या हरगोविंद खुराना यांना लहानपणापासूनच पुस्तक वाचनाची आवड होती. ज्या गावात त्याचा जन्म झाला, तेथील बहुतेक लोक निरक्षर होते. फक्त हरगोविंद खुराना यांचे कुटुंब शिक्षित होते. सुरूवातीचे शिक्षण गावातील शाळेतच घेतले आणि पुढील शिक्षणासाठी ते लाहोरला गेले. तिथून शिक्षण पूर्ण केल्यानंतर त्यांनी संशोधन करण्यासाठी लिव्हरपूल विद्यापीठ गाठले. तिथून पीएच.डी. ही पदवी मिळवून घरी पोहोचल्यावर भारतात काम करण्याची संधी मिळेल असे वाटायचे. त्यांनी दिल्ली विद्यापीठात लेक्चरशिपसाठी अर्ज केला. पण त्यांना प्राध्यापकही होता आले नाही. यामुळे ते दुःखी झाले, पण निराश नाही. ते कॅनडाला गेले आणि विज्ञानाच्या नवनवीन शोधांमध्ये गुंतले. त्यांनी

एक नवीन रसायन कोएनझाइम-ए चा शोध लावला. त्यामुळे त्यांचे नाव दूरवर पसरले. तेथून ते अमेरिकेतील विस्कॉन्सिन विद्यापीठात आले. काही काळानंतर ते मॅसॅच्युसेट्स इन्स्टिट्यूट ऑफ टेक्नॉलॉजीमध्ये रसायनशास्त्राचे प्राध्यापक झाले. आता त्याचा बराचसा वेळ त्याच्या आवडत्या विषयावर, आनुवंशिकीवर संशोधन करण्यात जात होता.

आत्तापर्यंत आनुवंशिकतेच्या विज्ञानाने बरीच प्रगती केली होती आणि सैद्धांतिकदृष्ट्या सर्व शास्त्रज्ञांनी हे मान्य केले होते की मानवासह सर्व सजीव जनुकांनी बनलेले आहेत. ही लहान जीन्स एखाद्या व्यक्तीचे व्यक्तिमत्व, प्रतिभा आणि इतर अनेक गोष्टींबाबत निर्णायक भूमिका बजावतात. अशी असंख्य जनुके प्रत्येक माणसात आणि प्राणी-पक्षी इत्यादींमध्ये असतात. अशी जीन्स कृत्रिमरीत्या बनवल्यास केवळ आनुवंशिक आजारच टाळता येऊ शकत नाहीत, तर कर्करोगासारख्या अनेक असाध्य आजारांवरही सहज उपचार करता येऊ शकतात, असेही वाटू लागले. आता प्रश्न असा होता की हे जीन्स प्रयोगशाळेत बनवता येतील का ? कारण सांगणे जितके सोपे आहे तितकेच ते करणे अवघड आहे.

पण तल्लख शास्त्रज्ञ हरगोविंद खुराणा जेव्हा या कामात गुंतले तेव्हा त्यांनी सर्व काही सोडून त्यात आपली पूर्ण शक्ती पणाला लावली. अखेर, त्याने एस्चेरिचिया कोली नावाच्या जीवाणूचे जनुक बनवले आणि दाखवले. हळूहळू त्यांनी आणखी जनुके तयार केली. आश्चर्याची गोष्ट म्हणजे त्यांनी प्रयोगशाळेत तयार केलेले हे जनुक एस्चेरिचिया कोलीला प्रयोगशाळेत आणले तेव्हा ते इतर नैसर्गिक जनुकांसारखेच वागत होते. हे पाहून हरगोविंद खुराणा यांना सुखद धक्का बसला. त्यांनी खरोखरच मोठे आणि क्रांतिकारी यश मिळवले होते. निसर्गाच्या निर्मितीत माणसाचा तो सर्जनशील हस्तक्षेप होता. अल्पावधीतच हरगोविंद खुराणा यांचे नाव जगभर प्रसिद्ध झाले आणि जगातील अव्वल शास्त्रज्ञांमध्ये त्यांची गणना होऊ लागली. या शोधामुळे त्यांना मार्शल डब्ल्यू. निरेनबर्ग आणि रॉबर्ट डब्ल्यू. होलीसोबत संयुक्तपणे वैद्यकशास्त्रातील नोबेल पारितोषिक मिळाले. हरगोविंद खुराणा तेव्हा अवघे ४६ वर्षांचे होते.

पण एवढे मोठे यश मिळवूनही ते थांबले नाहीत. ते पुढील शोधात गुंतले. त्याचे ध्येय, जगभरातील इतर अनुवांशिक शास्त्रज्ञांप्रमाणे, अखेरीस मानवी जनुकं तयार करणे हे आहे, कारण यामुळे चिकित्सा विज्ञानाच्या क्षेत्रात एक खरोखरच अविस्मरणीय क्रांतिकारी प्रकरण जोडल्या जाईल. पण हे काम अत्यंत क्लिष्ट आहे, कारण मानवी जीनोम एस्चेरिचिया कोलीपेक्षा जास्त लांब आणि अधिक जटिल आहे.

पण या तेजस्वी शास्त्रज्ञाकडून प्रेरणा घेऊन अनेक शास्त्रज्ञ आणि खुराणा यांचे अनेक शिष्यही या कामात गुंतले आहेत. यासोबतच खुराणा हे याच्या अभ्यासात गुंतले आहेत की, जीनमध्ये काही बदल केला तर त्याचा जीवाची रचना, आकार आणि निसर्गावर कसा परिणाम होतो.

हे उघड आहे की हरगोविंद खुराणा यांचे हे काम जितके आशेने भरलेले आहे तितकेच गुंतागुंतीचे आणि धोक्यांनी भरलेले आहे. पण हे शक्य झाले तर एकविसाव्या शतकात पूर्णपणे वेगळ्या प्रकारच्या वैद्यकीय शास्त्राचा पाया रचला जाईल आणि मग हरगोविंद खुराणाला या कामाचा महानायक म्हणून दर्जा मिळेल. या अवस्थेतही ते आपल्या कामात सक्रियपणे गुंतलेले आहेत हे पाहून खूप आशा वाटते.

३८.

जे. बी. एस. हाल्डेन

जे भारतीयत्वामध्ये स्थायिक झाले

(१८९२-१९६४)

आधुनिक भारताच्या शास्त्रात जे. बी. एस. हाल्डेन यांचे नाव मोठ्या आदराने घेतले जाते. हाल्डेनचा जन्म ऑक्सफर्डमध्ये झाला होता, परंतु या प्राचीन देशाच्या मातीच्या आकर्षणाने त्यांना येथे आकर्षित केले. भारतात आल्यानंतर ते भारतीय सभ्यतेत पूर्णपणे स्थिरावलेच, पण त्याचबरोबर भारताच्या वैज्ञानिक प्रगती आणि संशोधनातही त्यांनी मोठे योगदान दिले.

प्रोफेसर हाल्डेन यांचे पूर्ण नाव जॉन बर्डेन शेंडरसन हाल्डेन होते. त्यांचा जन्म ५ नोव्हेंबर १८९२ रोजी ऑक्सफर्ड येथे झाला. त्यांचे वडील जॉन स्पॉट हाल्डेन हे प्रसिद्ध फिजिओलॉजिस्ट होते. लहानपणापासूनच जोन बर्डेन हे थोडे खोडकर पण हुशार होते. त्यांची प्रतिभा नवीन रूपात समोर येत असे. कधी कधी तर काय करतील हे काही कोणी सांगू शकणार नाही. एकदा आईने त्यांना विचित्र मुद्रा करताना पाहिले. तिला खूप आश्चर्य वाटले. विचारले असता जोन बर्डेन शेंडरसनने उत्तर दिले, 'आई, मी कुत्र्याप्रमाणे वेगवेगळे पोझेस बनवण्याचा प्रयत्न करीत आहे.' त्याने कुत्र्याच्या वेगवेगळया चेहऱ्यांचे वर्णन केल्यानंतर, आई हसून हसून लोटपोट झाली.

लहानपणापासूनच हाल्डेनला विज्ञानाची इतकी आवड निर्माण झाली की त्यांनी अनेक प्रयोगांमध्ये आपल्या वडिलांना मदत करायला सुरूवात केली. त्यांची प्रतिभा आणि धोक्यांशी खेळण्याची त्यांची हिंमत पाहून वडील थक्क होत असत. हाल्डेनची ही प्रवृत्ती शेवटपर्यंत कायम राहिली. पहिल्या महायुद्धात त्यांनी अनेक धोके

पत्करून देशासाठी काम केले होते. शत्रूच्या छावण्यांमध्ये शिरूनही ते महत्त्वाची माहिती घेऊन येत असत.

हाल्डेनला जीवजंतू आणि वनस्पतींच्या विविधतेत अधिक रस होता. त्यांनी विज्ञानाचे औपचारिक शिक्षण घेतले नव्हते. परंतु त्याच्या खोल अंतर्दृष्टीमुळे, ते बऱ्याचदा गोष्टींच्या तळाशी पोहोचत आणि त्याच्या अगदी मूळ निष्कर्षांनी सर्वांना आश्चर्यचकित करीत. अनुवंशशास्त्रातील त्यांच्या शोधांच्या या मौलिकतेने शास्त्रज्ञांचे लक्ष वेधून घेतले. १९३२ मध्ये ते रॉयल सोसायटीचे फेलो बनले. हाल्डेनची पत्नी डॉ. हेलन स्पर्के देखील एक प्रसिद्ध शास्त्रज्ञ होती.

हाल्डेन हे अनेकदा भारतात येत असत. या प्राचीन देशातील विविधता, जीवजंतू आणि वनस्पती आदींने त्यांना सतत आकर्षित केले. भारतीयत्व आणि भारताच्या अहिंसा तत्त्वज्ञानाचाही हाल्डेन यांच्यावर प्रभाव होता. त्यामुळे १९५७ मध्ये ते पत्नी डॉ. हेलन स्पर्केसोबत भारतात आले आणि भारतीय नागरिकत्व स्वीकारलं. ते इतके भारतीय झाले की त्यांनी या ठिकाणचा पोषाखही स्वीकारला. त्यांना धोती-कुर्ता घालायला आवडत असे आणि हाल्डेन या भारतीय पोशाखात दिसायचे पण रूबाबदार.

कलकत्त्याच्या स्टॅटिस्टिकल इन्स्टिट्यूटमध्ये हाल्डेनने खूप काम केले. नंतर ओरिसा सरकारच्या विनंतीवरून ते भुवनेश्वरला आले. त्यांना जेनेटिक्स आणि बायोमेट्रीक प्रयोगशाळेचे संचालक करण्यात आले. ते आयुष्यभर इथेच संशोधनात मग्न राहिले. अखेर १ डिसेंबर १९६४ रोजी कर्करोगाने त्यांचे निधन झाले. यापूर्वी त्यांनी कॅन्सरवर 'कॅन्सर इज अ फनी थिंग' ही अप्रतिम कविता लिहिली होती. त्यांना समजले होते की कॅन्सरमुळे त्यांना या जगाचा निरोप घ्यावा लागणार आहे. मात्र यामुळे खचून न जाता अधिक जोमाने ते आपल्या कामात गुंतले. हाल्डेनच्या मृत्यूनंतर, त्याची पत्नी हैदराबादला राहायला गेली, जिथे तिचा १९७८ मध्ये मृत्यू झाला.

विज्ञानाच्या जगात अशी खूप कमी समर्पित जोडपी आहेत ज्यांनी आयुष्यभर एकमेकांना साथ दिली आणि त्यांना त्यांच्या कार्यात पुढे जाण्यासाठी बळ आणि प्रेरणा दिली. हाल्डेन ज्यावेळी भारतात आले त्यावेळी त्यांच्या पत्नीने त्यांची बदललेली जीवनशैली आणि आदर्श आनंदाने स्वीकारले आणि तीही तिच्या पतीप्रमाणे भारतीयत्वात स्थिरावली.

ओरिसा युनिव्हर्सिटी ऑफ ॲग्रीकल्चर ॲंड टेक्नॉलॉजीमध्ये बांधलेले हाल्डेन हॉल आजही आपल्याला या हृदयस्पर्शी शास्त्रज्ञाची आठवण करून देतात, ज्यांचा जन्म भारतात झाला नसला तरी ज्यांचा रोम रोम भारतीय संस्कृतीत खोलवर रूजलेला होता.

३९.

अयोध्या नाथ खोसला

सिंचन आणि जल-विकासातील नवीन शोध

(जन्म १८९२)

अयोध्यानाथ खोसला यांचे नाव २० व्या शतकाच्या पूर्वार्धातील प्रतिभाशाली शास्त्रज्ञांमध्ये मोठ्या आदराने घेतले जाते. विशेषतः सिंचन आणि जलविकास या विषयावर त्यांनी केलेले संशोधन कार्य अत्यंत महत्त्वाचे आहे आणि या दृष्टिकोनातून त्यांची गणना भारतातील काही अव्वल शास्त्रज्ञांमध्ये केली जाते.

११ डिसेंबर १८९२ रोजी पंजाबमध्ये जन्मलेले अयोध्यानाथ खोसला लहानपणापासूनच अतिशय हुशार आणि अभ्यासू होते. त्यांची प्रतिभा पाहून सर्वजण थक्क होत आणि त्यांचे कौतूक करीत. डी. ए. व्ही. कॉलेज लाहोर मध्ये बी. ए. ऑनर्स केल्यानंतर त्यांनी रूडकी येथून अभियांत्रिकीची परीक्षा उत्तीर्ण केली. यानंतर पंजाबमधील पाटबंधारे विभागाच्या मुख्य अभियंत्यासह त्यांनी अनेक मोठ्या पदावर काम केले. तथापि, विज्ञानाचा अभ्यास आणि नवीन वैज्ञानिक शोधांमध्ये त्यांची आवड शेवटपर्यंत कायम राहिली.

डॉ. खोसला यांनी विज्ञानाच्या अनेक शाखांमध्ये काम केले आणि त्यांचे शोधनिबंध जगातील प्रसिद्ध संशोधन नियतकालिकांमध्ये प्रकाशित झाले. त्यांनी अनेक महत्त्वाची पुस्तकेही लिहिली, ज्यात त्यांचे संशोधनाचे निष्कर्ष आहेत. त्यामुळे त्यांनी भावी संशोधकांना संशोधन कार्यासाठी प्रेरणा दिली आणि उत्तम मार्गदर्शक म्हणून

काम केले. अयोध्यानाथ खोसला यांचे मुख्य कार्य जलप्रवाह आणि जलस्रोतांच्या संवर्धनाशी संबंधित आहे. त्यावेळी बांधली जाणारी धरणे आणि त्यामुळे निर्माण होणाऱ्या समस्यांवर त्यांनी गांभीर्याने संशोधन केले आणि त्यांच्या उणिवा शोधून काढल्या. त्यांच्या मते, जल अभियांत्रिकी पद्धतीऐवजी ब्लाइक्रीप तत्त्व अंगिकारल्यास धरणांचे नुकसान होत नाही आणि त्यांची स्थिरता बरीच वाढते.

नद्यांमधील पाण्याच्या प्रवाहामुळे निर्माण होणाऱ्या अडचणींसोबतच त्यांनी स्थिरावणाऱ्या गाळावरही संशोधन केले आणि त्याचे महत्त्वाचे मत शास्त्रज्ञांसमोर ठेवले, ज्याने जगभरातील शास्त्रज्ञांचे लक्ष वेधले. अशाप्रकारे त्यांनी धरणांमुळे निर्माण होणाऱ्या समस्यांना तोंड देण्याचे मार्ग शोधून काढले.

त्याच्या निष्कर्षांचा फायदा घेऊन, नंतर सुधारीत तंत्रज्ञानाने धरणे बांधली गेली आणि ती पूर्वीपेक्षा अधिक यशस्वी, स्थिर आणि उपयुक्त असल्याचे सिद्ध झाले. अशाप्रकारे, अयोध्यानाथ खोसला यांनी जलविज्ञान सखोलपणे समजून घेतले आणि त्यासंबंधी नवीन तत्त्वे मांडली, ज्याचा फायदा शास्त्रज्ञांना तसेच सर्वसामान्यांना झाला. डॉक्टर खोसला यांना त्यांच्या वैज्ञानिक शोधांसाठी १९७४ मध्ये शांतीस्वरूप भटनागर सुवर्णपदक मिळाले आणि १९७७ मध्ये त्यांना पद्मविभूषण पुरस्काराने सन्मानित करण्यात आले.

अयोध्यानाथ खोसला हे केवळ पुस्तकी शास्त्रज्ञ नव्हते. काही काळ खासदार म्हणूनही त्यांनी जनतेची सेवा केली. त्याचप्रमाणे ते रूडकी विद्यापीठाचे कुलगुरूही राहिले. द्रव अभियांत्रिकी किंवा जलविज्ञान या विषयावरील त्यांच्या सततच्या प्रयोगांचे आणि संशोधनाचे महत्त्व आज संपूर्ण जग कृतज्ञतेने स्वीकारत आहे तसेच भविष्यात देखील यामुळे आयोध्यानाथ खोसला यांची कीर्ती अमर राहील.

४०.

प्रशांतचंद्र महालानोबिस

भारतातील सांख्यिकीचे जनक

(१८९३-१९७२)

प्रशांतचंद्र महालानोबिस हे आधुनिक भारतातील एक तेजस्वी शास्त्रज्ञ होते, ज्यांना भारतातील सांख्यिकीचे जनक म्हणून ओळखले जाते. त्यांनी भारतात आकडेवारीचा इतका भक्कम पाया घातला की, गेल्या काही दशकांत भारताची गणना या ज्ञानक्षेत्रातील आघाडीच्या नायकांमध्ये होऊ लागली.

प्रशांत चंद्र महालानोबिस यांचा जन्म २९ जून १८९३ रोजी कोलकाता येथील एका प्रतिष्ठित व्यापारी कुटुंबात झाला. त्यांची आई निरोदभाषिनी या प्रसिद्ध डॉक्टर होत्या. प्रशांतचंद्र यांच्यावर बालपणातच सुसंस्कृत ब्राह्मसमाजी कुटुंबाचा प्रभाव पडला की त्यांच्यात अभ्यास आणि ज्ञान विज्ञानाच्या जगाच्या केंद्रस्थानी पोहोचण्याची इच्छा निर्माण झाली. कलकत्ता येथिल प्रेसिडेन्सी कॉलेजमध्ये बी. एस. सी. ची पदवी मिळवल्यानंतर ते पुढील शिक्षणासाठी केंब्रिजला गेले. तेथून ते भारतात आले पण पहिल्या महायुद्धामुळे ते लंडनला परत जाऊ शकले नाहीत. कलकत्ता येथील प्रेसिडेन्सी कॉलेजमध्येच व्याख्याता म्हणून त्यांची नियुक्ती झाली. पुढे ते त्याच महाविद्यालयाचे प्राचार्य झाले.

पण कामाचा व्याप असूनही प्रशांतचंद्र महालानोबिस यांचा अभ्यास आणि सांख्यिकी क्षेत्रातील नवे शोध थांबले नाहीत. अनेकजण त्यावेळी आकडेवारीला एक

निरूपयोगी गोष्ट मानायचे. पण रवींद्रनाथ टागोर आणि नीलरत्न सरकार यांनी त्यांना सतत प्रोत्साहन दिले आणि प्रशांतचंद्र त्यांच्या नादात पुढे जात राहिले. आगामी काळ हा संख्याशास्त्राचा असणार आहे, असे त्यांना वाटले.

१९२० मध्ये त्यांची भेट एन. अन्नाडेले यांच्यासोबत झाली, जे त्यावेळी भारतीय प्राणीशास्त्र सर्वेक्षणाचे संचालक होते. अन्नाडेलने प्रा. महालानोबिस यांना त्यांच्या सांख्यिकीय पद्धतीचा वापर करून कोलकात्यातील अँग्लो-इंडियन वंशाचा विशेष समाजशास्त्रीय अभ्यास करण्यास सांगण्यात आले. प्रो. महालानोबिस मोठ्या उत्साहाने या कार्यात सहभागी झाले. त्यांना आकडेवारीची ताकद आणि उपयुक्तता दाखवण्याची ही एक उत्तम संधी होती आणि आव्हानही. प्रशांत महालानोबिस यांचा 'अँथ्रोपॉलॉजिकल ऑब्झर्वेशन्स ऑन द अँग्लो इंडियन्स ऑफ कलकत्ता' हा लेख दोन वर्षांच्या अखंड अभ्यासानंतर या संदर्भात प्रसिद्ध झाला. त्याची सर्वत्र चर्चा झाली आणि प्रा. महालानोबिसबरोबरच आकडेवाराची चर्चा झाली.

असे असूनही, आकडेवारीला स्वतंत्र विषय म्हणून मान्यता मिळू शकली नाही. पुढे त्याचा गणितात समावेश करण्यात आला. पण काळाच्या ओघात संख्याशास्त्राची उपयुक्तता इतकी वाढली आणि त्यात इतके शोध लागले की शेवटी १९४५ मध्ये संख्याशास्त्राला स्वतंत्र विषयाचा दर्जा मिळाला.

१९५४ मध्ये, तत्कालीन पंतप्रधान जवाहरलाल नेहरू यांनी महालानोबिस यांना त्यांच्या संस्थेत राष्ट्रीय उत्पन्न वाढवण्यासाठी आणि बेरोजगारी दूर करण्याच्या उपाययोजनांबद्दल अभ्यास करण्यास सांगितले. महालानोबिस यांनी हे काम मोठ्या जबाबदारीने केले. सुरूवातीच्या काळात प्रेसिडेन्सी कॉलेजच्या भौतिकशास्त्र विभागात सांख्यिकी विभाग चालत राहिला. नंतर त्याच्यासाठी स्वतंत्र इमारत बांधण्यात आली. तेव्हापासून ही संस्थाच नव्हे, तर आकडेवारीचे कार्य आणि उपयुक्तताही सातत्याने विकसित होत आहे. संस्थेत बायोमेट्री नावाचे नवीन संशोधन युनिट उघडण्यात आले. प्रो जे.बी.एस. हाल्डेन आणि त्यांच्या पत्नी सौ.हाल्डेन यांच्या आगमनानंतर त्यात लक्षणीय वाढ झाली. त्याचप्रमाणे मानसशास्त्र आणि भाषिक संशोधन एकके स्थापन करण्यात आली. लंडनच्या डॉ. पामेला रॉबिन्सन यांना जिओलॉजिकल रिसर्च युनिट स्थापन करण्यासाठी आमंत्रित करण्यात आले आणि लवकरच ही संस्था आकडेवारीसाठी जगातील मॉडेल संस्थांपैकी एक बनली. असे अनेक प्रसंग आले जेव्हा प्रा. महालानोबिस ही आकडेवारीची उपयुक्तता आणि महत्त्वाला त्यांच्या पद्धतीने अधोरेखित केले. १९४२ मध्ये बंगालमध्ये भीषण पूर आला होता. नदीचे बंधारे वाढले पाहिजेत असे जवळपास

सर्वच शास्त्रज्ञांचे मत होते. पण प्रा. महालनोबिस यांना त्यांचे मत विचारण्यात आले तेव्हा त्यांनी दरवर्षीची आकडेवारी गोळा केली. ते म्हणाले, नदीतील पाणी सुरळीत वाहून जाण्याची व्यवस्था करावी. हे मत पूर्णपणे बरोबर असल्याचे सिद्ध झाले. त्याचप्रमाणे ओडिशातील पुराबाबतही त्यांनी गांभीर्याने अभ्यास केला. हिराकुंड धरण हे त्यांच्या संशोधनावर आधारित असून आकडेवारीचे महत्त्व पटवून देणारे हे दुर्मिळ उदाहरण आहे.

२८ जून १९७२ रोजी या महान शास्त्रज्ञाचे निधन झाले. २० व्या शतकाच्या सुरूवातीच्या दशकातच या दूरदर्शी शास्त्रज्ञाला सांख्यिकीचे महत्त्व समजले होते, ज्यावर आजच्या भारताचा संपूर्ण विकास अवलंबून आहे. म्हणूनच त्यांना आधुनिक भारतातील वैज्ञानिक प्रगतीचे अग्रदूत म्हणून स्मरण केले जाते.

४१.

सलीम अली

भारताचे महान पक्षीशास्त्रज्ञ

(१८९६-१९८७)

सलिम अली हे भारतातील महान पक्षीशास्त्रज्ञ होते. त्यापेक्षा पक्षीशास्त्रासारख्या महत्त्वाच्या अभ्यासाच्या शाखेकडे संपूर्ण देशाचे लक्ष वेधून घेणाऱ्या दिग्गजांमध्ये सलीम अली यांचे नाव अग्रक्रमाने येते असे म्हटले पाहिजे. भारतात सलीम अली हे पक्षीशास्त्राचा समानार्थी शब्द बनला होता. कारण त्यांचे स्वतःचे जीवन आणि पक्ष्यांच्या अभ्यासाची आवड या दोन वेगळया गोष्टी त्याच्यांसाठी नव्हत्या. एक प्रकारे त्यांनी आपले संपूर्ण आयुष्यच त्यांच्या महान कार्यासाठी समर्पित केले होते. हेच कारण आहे की, सलीम अली यांच्यासारखी दुसरी व्यक्ती पक्षीशास्त्राच्या क्षेत्रात आजपर्यंत भारतात झाला नाही. ते असे पक्षीशास्त्रज्ञ होते जे स्वतःच त्याचे उदाहरण होते.

मात्र, सलीम अली यांचे काम सुरूवातीपासूनच खडतर होते. १२ नोव्हेंबर १८९६ रोजी एका साध्या कुटुंबात जन्मलेल्या सलीम अली यांचे पूर्ण नाव सलीम मोइजुद्दीन अब्दुल अली असे होते. लहानपणापासूनच प्राणी-पक्षी यांचे निरीक्षण करणे, त्यांच्या सवयींचे निरीक्षण करणे त्यांना आवडायचे. तसेच त्यांना शिकारीची आवड होती. एकदा किशोरवयात त्याने एका पक्ष्यावर गोळी झाडली. तो पक्षी खाली पडला. तेव्हा सलीम अलीने त्याला उचलले आणि लक्षपूर्वक पाहू लागले. त्यांना तो पक्षी ओळखीच्या पक्ष्यांपेक्षा वेगळा आढळला.

सलीमचे काका प्रसिद्ध शिकारी होते. सलीमने त्यांना या पक्ष्याबद्दल विचारले, पण तेही काही विशेष सांगू शकले नाहीत. त्यानंतर त्यांनी सलीमला अशा ठिकाणी नेले, ज्याची कल्पना करणे त्याच्यांसाठी कठीण होते. हे ठिकाण होते मुंबई हिस्ट्री सोसायटीचे कार्यालय. काकांनी संस्थेचे सचिव डब्ल्यू.एम. मिलर्डला सलीम अलीच्या कुतूहलाबद्दल सांगितले. ते ऐकून मिलर्डला खूप आनंद झाला. त्यांनी त्याला अशी खोली दाखवली ज्यामध्ये अनेक प्रकारचे पक्षी होते. वास्तविक येथे मेलल्या पक्षीच्या अंगात भुसा भरून ठेवत असत. त्यांना पाहून सलीमला खूप आश्चर्य वाटले. पण जेव्हा मिलर्डने कपाट उघडले आणि त्यांना तोच पक्षी दाखवला जो त्यांनी सोबत आणला होता, तेव्हा सलीमच्या आनंदाला आणि आश्चर्याला पारावार उरला नाही. मिलर्डने त्याला सांगितले की हा पक्षी एका खास प्रजातीचा नर पक्षी आहे.

पक्ष्यांच्या अभ्यासासाठी उघडलेल्या संस्थेने सलीम इतके प्रभावित झाले की त्याने मिलर्डला सांगितले की त्याच्यांसाठी काही काम असल्यास त्याला तिथे काम करायला आवडेल. मिलर्डने त्यांना पक्षी ओळखण्याची युक्ती सांगितली. तसेच मृत पक्षी कसे ठेवायचे ते सांगितले. काही काळानंतर ते बॉम्बे नॅचरल हिस्ट्री सोसायटीच्या संग्रहालयात मार्गदर्शक म्हणून रूजू झाले आणि पक्ष्यांच्या अभ्यासात मोठ्या आवडीने गुंतले.

काही काळानंतर ते हे शिकण्यासाठी जर्मनीला गेले की मृत पक्ष्यांत भुसा वगैरे भरून पाहुण्यांसाठी आणि संशोधकांसाठी सुरक्षित कसे ठेवायचे. तेथून परतल्यावर ते ज्या पदावर काम करत होते, ते काम आता संपल्याचे समजले. पण सलीम अली निराश झाले नाहीत. आता त्यांना त्यांच्या आयुष्याची एक दिशा मिळाली होती आणि कोणताही अडथळा त्याची पावले रोखू शकत नव्हते.

आतापर्यंत त्यांचेही लग्न झाले होते आणि त्यांच्या डोक्यावर कौटुंबिक जबाबदाऱ्यांचे ओझे होते. पण सलीमची पक्ष्यांबद्दलची आवड त्यांच्या पत्नीला दिसली, म्हणून तिने त्यांना खूप मदत केली. कुटुंबाचा उदरनिर्वाह व्हावा म्हणून ती स्वतः काम करायची. सलीम अली दिवसभर पक्ष्यांचा अभ्यास करायचे. जिथे त्याचे घर होते तिथे बरेच पक्षी यायचे. सलीम अली या पक्ष्यांचे आकार, रंग, निसर्ग इत्यादींबद्दल एका वहीत लिहीत असत. त्यांना विशेषतः पक्षी आणि त्यांच्या घरट्यांबद्दल आश्चर्यकारक गोष्टी कळल्या. त्यांना कळले की घरटे सुरूवातीला नर बांधतात-एक नाही तर अनेक घरटे. मग घरटे आवडले की मादी येते. ते एकत्र घरटे पूर्ण करण्यात गुंततात आणि हे घरटे एखाद्या उत्तम कलाकृतीप्रमाणे तयार होत. बाकीची अपूर्ण घरटी अशीच पडून रहात.

सलीम अली यांनी त्यांच्या निष्कर्षांबद्दल लेख लिहिले, त्यामुळे संपूर्ण जगाचे लक्ष त्यांच्याकडे गेले. त्याचप्रमाणे सलीम अली यांचा चिमण्या पक्ष्यांबद्दलचा अभ्यास आणि त्यांचे म्हणणे इतके रंजक आहे की ते शोधून वाचावे असे आहे. त्यावेळी भारतीय पक्ष्यांचे आकार, निसर्ग आणि राहणीमान याबद्दल अधिक माहिती देणारी पुस्तके नव्हती. त्यामुळे एक मोठी कमतरता भरून काढत त्यांनी भारतीय पक्ष्यांबद्दल 'बुक ऑफ इंडियन बर्ड्स' हे प्रसिद्ध पुस्तक लिहिले. त्याचप्रमाणे एम. डिलन रिप्ले नावाच्या प्रसिद्ध पक्षीप्रेमीसोबत त्यांनी 'हँड बुक ऑफ द बर्ड्स ऑफ इंडिया अँड पाकिस्तान' लिहिले. दहा खंडात असलेले हे पुस्तक म्हणजे पक्ष्यांवरील महत्त्वाच्या संदर्भग्रंथासारखे आहे.

२७ जुलै १९८७ रोजी वयाच्या ९१ व्या वर्षी या पक्षीतज्ज्ञाचे निधन झाले. एक भटक्या म्हणून ठिकठिकाणी भटकंती करून त्यांनी पक्ष्यांबद्दल लावलेले रंजक शोध आता इतिहासाचा महत्त्वाचा भाग बनले आहेत.

४२.

पंचानन माहेश्वरी

भारताचे सुप्रसिद्ध वनस्पतिशास्त्रज्ञ

(१९०४-१९६६)

शास्त्रज्ञांनी आपल्या अथक परिश्रम, प्रतिभा आणि अखंड संशोधनाने भारताला सक्षम आणि प्रगत वैज्ञानिक देश बनवण्यात ज्यांनी मोठी भूमिका बजावली, त्यात पंचानन महेश्वरी यांचाही समावेश होता.

त्यांनी फुलांच्या वनस्पती म्हणजेच एंजियोस्पर्म्सच्या क्षेत्रात इतकं महत्त्वाचं काम केलं की आज जगभरात या क्षेत्रात मूलभूत काम करणाऱ्या प्रतिभावान शास्त्रज्ञांमध्ये त्यांची गणना होते. त्यांचे शोध आणि निष्कर्ष पुढील पिढ्यांसाठी मार्गदर्शक ठरले आहे.

९ नोव्हेंबर १९०४ रोजी राजस्थानच्या जयपूर शहरात जन्मलेले पंचानन माहेश्वरी हे लहानपणापासूनच अतिशय हुशार आणि अभ्यासू होते. घरची परिस्थिती फारशी चांगली नव्हती, पण वडिलांनी त्याला उत्तम शिक्षण दिले आणि ते त्यांना लिहिण्या-वाचण्यासाठी खूप प्रोत्साहन द्यायचे. ते त्यांना पुष्कळ पुस्तके विकत घेऊन द्यायचे आणि आपला मुलगा त्यांचा आवडीने अभ्यास करीत आहे हे पाहून खूप आनंद व्हायचा. पंचानन खूप हुशार होते आणि शालेय अभ्यासाव्यतिरिक्त ते भरपूर वाचनासाठी वेळ काढत असत. इंटरमिजिएटनंतर ते पुढील शिक्षणासाठी अलाहाबादला गेले. तिथल्या इविंग ख्रिश्चन कॉलेजमध्ये बीएस-सी. मध्ये प्रवेश घेतला.

तेथे वनस्पतिशास्त्र विभागाचे प्रमुख, प्रसिद्ध वनस्पतिशास्त्रज्ञ विनफिल्ड डेजियन होते. डेजियन हे एक दूरदर्शी शास्त्रज्ञ होते जे नेहमी त्यांच्या कामात मग्न असायचे आणि त्यांना कामात खोल आवड असलेले विद्यार्थीच आवडत. जेव्हा त्यांनी पंचानन माहेश्वरी यांना पाहिले, त्यांना वाटले की हा सरळ, कष्टाळू आणि हुशार तरूण पुढे खूप काम करेल. आता डेजियांनी पंचानन माहेश्वरी यांना एका प्रेमळ शिक्षकाप्रमाणे मार्गदर्शन करायला सुरूवात केली, त्यांना पुढे काम करण्यासाठी प्रेरणा आणि प्रोत्साहन दिले. यामुळे पंचानन महेश्वरीमध्ये अधिक श्रम करण्याची उर्मी निर्माण झाली. आपल्या गुरूंच्या कसोटीवर खरे ठरण्याची त्याच्यात जिद्द निर्माण झाली. शिष्य आणि गुरू यांच्यात परस्पर प्रेमाचे अनोखे नाते निर्माण झाले आणि पंचानन महेश्वरी यांचे व्यक्तिमत्व सतत सुधारत राहिले.

डेजियान पंचानन अनेकदा माहेश्वरीला जंगलात फिरायला घेऊन जायचे आणि त्यांना वनस्पतींचे विविध प्रकार आणि त्यांची वैशिष्ट्ये समजावून सांगायचे. एम. एस. सी. नंतर पंचानन माहेश्वरीने डेजियनच्या मार्गदर्शनाखाली अँजिओस्पर्म्सवर संशोधन केले, हा त्यांच्या मार्गदर्शकांचा आवडता विषय होता. त्यांनी वनस्पतींच्या या गटाचा रंग, आकार, भ्रूणविज्ञान आणि त्यांच्यातील परस्परसंबंधांचा अभ्यास केला. यानंतर पंचानन माहेश्वरी यांनी हे काम पुढे नेले आणि डी. एस. सी. पदवी मिळवली. त्या अलाहाबाद सोडत असताना त्यांचे गुरू डेजियांनी प्रेमळ शब्दात सांगितले, 'जे मी तुमच्यासाठी केले, ते तुम्ही तुमच्या शिष्यांसाठी करा.'

हे ऐकून पंचानन माहेश्वरीचे डोळ्यात पाणि आले. त्यांनी आयुष्यभर गुरूंची शिकवण लक्षात ठेवली की विज्ञानात प्रगती एकट्याने होत नाही, तर एकमेकांच्या कार्याला चालना देऊन प्रगती साधली जाते.

पंचानन माहेश्वरीला जीवनात अनेक यशस्वी कामं करता आली. सन१९६५ मध्ये त्यांना रॉयल सोसायटीचे फेलो म्हणून निवडण्यात आले. त्यांना बिरबल साहनी पदक देखील मिळाले. दिल्ली विद्यापीठात वनस्पतिशास्त्राचे अध्यक्ष झाल्यावर पंचानन माहेश्वरी यांनी त्यांच्या गुरूंचे शब्द प्रतिध्वनित केले, 'मी तुमच्यासाठी जे केले, ते तुम्ही तुमच्या शिष्यांसाठी करा.' आणि खरंच त्यांनी असे तरूण निर्माण केले ज्यांनी नंतर भ्रूणविज्ञानावर काम केले आणि महान आणि महत्त्वाचे शोध लावले.

डॉ. पंचानन माहेश्वरी यांनी फुलांच्या वनस्पतींच्या भ्रूणविज्ञानात असे शोध लावले, ज्याची त्यांच्या आधी कोणी कल्पनाही केली नव्हती. यामध्ये एका प्रयोगशाळेत वनस्पतींचे भ्रूण चाचणी ट्यूबमध्ये विकसित करायचे होते. या पद्धतीचा एक मोठा

फायदा असा होता की ज्या वनस्पती एकमेकांमध्ये मिसळून संकरित प्रजाती तयार करू शकत नाहीत, त्यांचे आता सहजपणे नवीन प्रजातीच्या भ्रूणामध्ये रूपांतर करता येते. अशाप्रकारे, त्यांनी वनस्पतींच्या भ्रूणविज्ञानामध्ये अनेक आश्चर्यकारक आणि क्रांतिकारी शोध लावले, ज्याने पुढील कार्यासाठी अनेक दरवाजे उघडले. त्यांच्या शिष्यांनी त्यांनी दाखवलेल्या पद्धतीत सापडलेल्या या नवीन वनस्पतींपैकी काहींना पंचानन महेश्वरी यांचे नाव दिले.

भारतातील या अत्यंत प्रतिभावान वनस्पतिशास्त्रज्ञाचे वयाच्या ६२ व्या वर्षी १८ मे १९६६ रोजी निधन झाले. पण पूर्णपणे वेगळ्या पद्धतीने काम करून त्यांनी वनस्पतिशास्त्रात उघडलेल्या उपयुक्त मार्गामुळे त्यांचे नाव कायम स्मरणात राहील.

४३.

डॉ. दौलतसिंह कोठारी

प्रसिद्ध अंतराळ शास्त्रज्ञ

(१९०६-१९९३)

'आधुनिक भारताच्या शास्त्रज्ञांमध्ये दौलतसिंग कोठारी यांचे नावही मोठ्या आदराने घेतले जाते. विशेषतः अवकाशातील ताऱ्यांची रचना समजून घेण्यासाठी त्यांनी दिलेला वैज्ञानिक सिद्धांत जगातील जवळपास सर्वच विश्वशास्त्रज्ञांनी महत्त्वाचा मानला आहे. याशिवाय त्यांनी अणुस्फोट आणि त्यांचे परिणाम यावर एक पुस्तक लिहिले, जे आजही खूप महत्त्वाचे मानले जाते. डॉ. कोठारी हे त्या शास्त्रज्ञांपैकी एक होते ज्यांचे वैज्ञानिक संशोधन भारताच्या उन्नतीसाठी आणि जागतिक मानवजातीच्या सेवेसाठी संसाधने गोळा करणे हे होते. यामुळे आधुनिक शास्त्रज्ञांमध्ये त्यांचा दर्जा खूप वरचा आहे.

६ जुलै १९०६ रोजी राजस्थानच्या उदयपूर शहरात जन्मलेले दौलत सिंह कोठारी लहानपणापासूनच खूप मेहनती आणि हुशार होते. लहान वयातच वडिलांचे निधन झाल्यामुळे त्यांना अनेक अडचणींचा सामना करावा लागला. सुरूवातीला त्यांनी जयपूर आणि इंदूर येथे शिक्षण घेतले, त्यानंतर अलाहाबाद विद्यापीठातून एम. एस. सी. केली. डॉ. कोठारी यांनी केंब्रिज विद्यापीठातून पीएच.डी.ची पदवी मिळवली. पण केवळ पदवी मिळवणे हा त्यांचा उद्देश नव्हता. भारताला विकासाच्या मार्गावर घेऊन जाण्यासाठी त्यांना पुढाकार घेऊन काम करायचे होते. डॉ. कोठारी यांच्यावर भारतातील प्रख्यात शास्त्रज्ञ जगदीश चंद्र बसू, चंद्रशेखर रामण आणि मेघनाथ साहा यांचा खूप

प्रभाव होता. त्यांच्याप्रमाणे त्यांनीही विज्ञानाच्या क्षेत्रात भारताचा गौरव करावा, असे त्यांचे स्वप्न होते.

सन १९३४ मध्ये डॉ. कोठारी यांची नियुक्ती दिल्ली विद्यापीठात झाली. येथे सुमारे पंचवीस वर्षे भौतिकशास्त्राचे प्राध्यापक म्हणून विद्यार्थ्यांना अध्यापन करून पुढील पिढीच्या मनात विज्ञानाची आवड निर्माण करण्याबरोबरच संतुलित वैज्ञानिक दृष्टिकोन निर्माण करण्याचे काम केले. यानंतर त्यांची भारत सरकारच्या संरक्षण मंत्रालयात नियुक्ती झाली. काही काळानंतर त्यांची संरक्षण मंत्र्यांचे वैज्ञानिक सल्लागार म्हणून नियुक्ती करण्यात आली. या पदावर असताना त्यांनी देशात विविध ठिकाणी वैज्ञानिक प्रयोगशाळा स्थापन करून वैज्ञानिक संशोधने पुढे नेली. त्यांनी इलेक्ट्रॉनिक्स, शस्त्रास्त्रे, अन्न साठवण्याच्या पद्धती तसेच वाळवंट हिरवेगार करण्यासाठी संशोधन कार्याला प्रोत्साहन दिले.

डॉ. कोठारी यांनी नवीन आधुनिक भारत निर्माण करण्याचे उद्दिष्ट समोर ठेवून शास्त्रज्ञांना नवीन दिशेने काम करण्याची प्रेरणा दिली. स्वतः डॉ. कोठारी यांनी प्रेशर आर्किंग सिद्धांत शोधून काढला, ज्याला भारत आणि परदेशातील शास्त्रज्ञांनी खूप महत्त्व दिले होते. या तत्त्वाच्या आधारे अवकाशातील बटू ताऱ्यांची रचना समजून घेण्यासाठी त्यांनी आपला सिद्धांत मांडला तेव्हा जगातील सर्व शास्त्रज्ञांना आश्चर्य वाटले. आजही बटू ताऱ्यांच्या रचनेशी संबंधित डॉ. कोठारी यांचा सिद्धांत अत्यंत महत्त्वाचा मानला जातो.

तसेच कोठारी यांनी अणुविखंडन आणि अणुस्फोटाबाबत अनेक प्रयोग केले आणि अनेक नवीन गोष्टी शोधून काढल्या. त्यांचे 'न्यूक्लियर एक्सप्लोझिव्हज अँड देअर इफेक्ट्स' हे पुस्तक या संदर्भात अतिशय उपयुक्त पुस्तक आहे. त्याचप्रमाणे बटू ताऱ्यांबद्दल लिहिलेल्या 'थिअरी ऑफ व्हाइट ड्वार्फ स्टार्स' या पुस्तकाला वैज्ञानिक जगतात खूप मान मिळाला आहे. असे असले तरी डॉ. कोठारींची भाषा इतकी सोपी आहे की सामान्य माणूसही त्याचा पुरेपूर फायदा घेऊ शकतो. त्याचप्रमाणे डॉ. कोठारी यांचे आणखी एक उल्लेखनीय पुस्तक म्हणजे 'न्युमरस पेपर्स ऑन स्टॅटिस्टिकल थर्मोडायनामिक्स'.

भारतातील या तेजस्वी शात्रज्ञ आणि असाधारण शिक्षणतज्ज्ञाचे १४ फेब्रुवारी १९९३ रोजी निधन झाले. परंतु आधुनिक भारताला वैज्ञानिक विकासाच्या शिखरावर नेण्यात त्यांचे योगदान विसरता येणार नाही.

४४.

डॉ. आत्माराम

ठेठ देसी ढंग के बड़े वैज्ञानिक

(१९०८-१९८५)

मनात खरोखरच काही करण्याची तीव्र इच्छा असेल तर एका सामान्य घरात जन्म घेऊनही एक बालक मोठं काहीतरी करून दाखवू शकतो. सरळ आणि नम्र स्वभावाचे शास्त्रज्ञ डॉ. आत्मारामांचे जीवन हे त्याचे उदाहरण आहे. आपल्या समर्पण आणि अपार परिश्रमाने त्यांनी विज्ञानाच्या जगात उच्च स्थान प्राप्त केले आणि महान गोष्टी केल्या. यामुळेच आधुनिक भारताला वैज्ञानिक प्रगतीच्या मार्गावर नेणाऱ्या प्रतिभावंत शास्त्रज्ञांमध्ये डॉ. आत्माराम यांचे नाव मोठ्या आदराने घेतले जाते.

१२ ऑक्टोबर १९०८ रोजी उत्तर प्रदेशातील बिजनौर जिल्ह्यातील पिलाना गावात जन्मलेले डॉ. आत्माराम लहानपणापासूनच अतिशय जिज्ञासू आणि बुद्धिमान होते. त्यांचे वडील लाला भगवानदास हे साधारण पटवारी होते, पण ते प्रामाणिक आणि दयाळू होते आणि गावातील सर्वांना मदत करत. आत्माराम यांच्यावरही याचा प्रभाव होता. शिक्षणावर अत्यंत कमी खर्च करण्याची ऐपत असली तरी खूप अभ्यास करून त्यांनी चांगले गुण मिळवले. त्यांची अभ्यासातील आवड पाहून सर्वजण प्रभावित होत.

तरीही, पुन्हा पुन्हा अडचणी येत असत. आत्माराम हे अतिशय गर्विष्ठ आणि स्वाभिमानी व्यक्ती होते. त्यांनी मोठ्या धैर्याने अडचणींचा सामना केला. अशीच

एक अडचण तेव्हा आली जेव्हा परीक्षेत चांगल्या गुणांनी उत्तीर्ण होऊनही त्यांना इलाहाबाद विद्यापीठात एमएस-सी साठी प्रवेश मिळाला नाही.

यामुळे आत्माराम दुःखी झाले. त्या दिवसांत डॉ. नीलरत्न धर हे त्या विभागाचे प्रमुख होते ज्यांच्याबद्दल आत्मारामांना खूप आदर होता. ते महिना-दीड महिना डॉ. धर यांच्या वर्गाबाहेर उभे राहून नोट्स काढत राहिले. मग शेवटी गुरूचे हृदय द्रवले आणि त्यांना प्रवेश मिळाला. नंतर परीक्षेचा निकाल लागला तेव्हा ते प्रथम विभागात पहिले आले. ज्या विद्यार्थ्याला प्रवेशही मिळू शकला नाही, त्याने संपूर्ण विद्यापीठात सर्वाधिक गुण मिळवले हे पाहून लोक थक्क झाले.

यानंतर आत्माराम यांनी शिष्यवृत्ती अंतर्गत फोटो केमिस्ट्रीचा सखोल अभ्यास केला. त्यासाठी त्यांना डॉक्टर ऑफ सायन्सची पदवी मिळवली. आत्माराम अत्यंत साधे जीवन जगायचे. हे यावरून कळते की त्यांना मिळणाऱ्या शंभर रूपयांच्या शिष्यवृत्तीपैकी फक्त सात रूपये ते स्वतःवर खर्च करायचे आणि बाकीचे घरी पाठवायचे.

यानंतर आत्माराम यांची भारतीय औद्योगिक संशोधन संस्थेत नियुक्ती झाली. येथे त्यांना शांतीस्वरूप भटनागर आणि मेघनाथ साहा यांच्यासारख्या नामवंत शास्त्रज्ञांना भेटण्याचे भाग्य लाभले. डॉ. आत्मारामांनीही ठामपणे ठरवले की आपण आपले संपूर्ण आयुष्य देशाच्या वैज्ञानिक विकासासाठी समर्पित करावे. येथेच त्यांनी अशा पदार्थांवर संशोधन केले ज्यांचा अग्निशमनात मोठा वाटा आहे. युद्धाच्या वेळी, शत्रूंचे हल्ले टाळण्यासाठी अशा अग्निशामक पदार्थांचा वापर केला जाऊ शकतो. कारखान्यांमध्येही आपत्कालीन परिस्थितीत याचा उपयोग केला जातो.

कालातंराने डॉ. शांतीस्वरूप भटनागर यांच्या विनंतीवरून आत्माराम यांनी कोलकाता येथील सेंट्रल ग्लास अँड सिरॅमिक रिसर्च इन्स्टिट्यूटचे काम हाती घेतले. येथे रात्रंदिवस प्रयोग करून उत्तम दर्जाचा एकसंघ काच (ऑप्टिकल ग्लास) बनवण्यात यश मिळवले. पण असे असतानाही भारत सरकारला रशियाकडून एकसंघ काच आयात करायची होती. यासंदर्भात एक करारही झाला.

तेव्हा आत्मारामला खूप दुःख झाले. त्यांनी पंतप्रधान जवाहरलाल नेहरूंना पत्र लिहिले, 'मी तयार केलेल्या एकसंघ काचेची चाचणी करण्यात यावी. जर ती निकृष्ट किंवा अनुपयुक्त असल्याचे निष्पन्न झाले, तर परदेशातून एकसंघ काच आयात करण्यास माझा कोणताही आक्षेप नाही.'

त्यानंतर डॉ. आत्माराम यांनी तयार केलेला एकसंघ काच तपासण्यात आली आणि सर्व बाबतीत योग्य आणि दर्जेदार असल्याचे आढळले. तेव्हापासून

भारतात उत्तम एकसंघ काचेचे उत्पादन सुरू झाले आणि आज देशात असे अनेक कारखाने कार्यरत आहेत. डॉ. आत्माराम यांनाच त्याचे श्रेय जाते. आज भारत हा एकसंघ काचेचे उत्पादन करणाऱ्या जगातील सहा प्रमुख देशांपैकी एक आहे.

पण आत्माराम इथेच थांबले नाहीत. काचेच्या क्षेत्रातही त्यांचे इतर अनेक प्रकारचे प्रयोग चालू राहिले. सुरेख रंगीत काच आणि फेसाळ काच बनवण्यातही ते यशस्वी झाले. यासोबतच नव्या पिढीमध्ये विज्ञानाची आवड निर्माण करण्याचाही त्यांनी प्रयत्न केला.

भारताच्या वैज्ञानिक विकासात भाषा ही एक मोठी समस्या असल्याचे त्यांनी निरीक्षण नोंदवले. इंग्रजी भाषेच्या अडथळयामुळे अनेक हुशार तरूण येथे येण्यास कचरतात. जेव्हा ते त्यांच्या भाषेत वाचतील आणि विचार करतील तेव्हा ते नवीन गोष्टी शोधतील आणि दाखवतील. असा विचार करून त्यांनी हिंदीत शिकवण्याचा आणि शिकण्याचा आग्रह धरला. इतकेच नाही तर त्यांनी हिंदीतील त्यांचे अनेक महत्त्वाचे शोधनिबंध वाचून अनेक शास्त्रज्ञांना चकित केले.

आत्माराम स्वभावाने इतके साधे होते की त्यांनी कधीही टाय घातला नाही. एकदा त्यांना इंटरव्ह्यूला जायचे होते तेव्हा त्याने बरेच दिवस टाय घालण्याचा सराव केला, पण नंतर तो कायमचा सोडला.

१९८५ साली भारतातील या संतहृदयी शास्त्रज्ञाचे निधन झाले. डॉ. आत्माराम यांचे नाव आधुनिक भारतीय शास्त्रज्ञांमध्ये या संदर्भात वेगळे दिसून येते. त्यांनी सामान्य प्रकारचे जीवन जगत असतानाही विज्ञानात मोठी कामगिरी केली.

विज्ञानाच्या क्षेत्रात मोठी कामे करण्याचे स्वप्न त्यांनी हिंदीत दाखवले. अशा साध्या आणि उदार शास्त्रज्ञाला कोण विसरेल !

४५.

सुब्रह्मण्यन चंद्रशेखर

भारतातील प्रसिद्ध खगोलशास्त्रज्ञ

(१९१०-१९९५)

आधुनिक युगातील ज्या शास्त्रज्ञांनी खगोलशास्त्रात आपल्या शोधांनी संपूर्ण जगातील शास्त्रज्ञांचे लक्ष वेधून घेतले तसेच तारे आणि अवकाश क्षेत्रातील ऐतिहासिक महत्त्वाची अनेक नवीन आणि आश्चर्यकारक माहिती दिली, त्यांत सुब्रह्मण्यन चंद्रशेखर यांचे नाव लखलखत्या ताऱ्यासारखे आहे. सत्य हे आहे की सुब्रह्मण्यन चंद्रशेखर यांनी आपल्या शोधांनी अवकाश विज्ञानातील अनेक न सुटलेले कोडे आणि रहस्ये उलगडून आपल्यासाठी अंतराळ अधिक परिचित आणि जवळचे केले.

१९ ऑक्टोबर १९१० रोजी लाहोरमध्ये जन्मलेल्या सुब्रह्मण्यन चंद्रशेखर यांना लहानपणापासूनच पुस्तके वाचण्याची आवड होती. त्यांनी केवळ त्यांची अभ्यासक्रमाची पुस्तकेच वाचली नाहीत, तर त्यांना भौतिकशास्त्राच्या क्षेत्रात होत असलेल्या नवीन शोधांमध्येही रस होता. या संदर्भात जिथे जिथे माहिती मिळेल तिथे ते आवडीने वाचायचे आणि त्यावर विचार करत राहायचे. त्यामुळे सुब्रह्मण्यन चंद्रशेखर हे त्यांच्या विद्यार्थीदशेतच इतरांपेक्षा अधिक वाचन असलेले नव्हते तर तर त्यांच्या विचारांची व्याप्ती इतरांपेक्षा व्यापक होती. त्यांचे व्यक्तिमत्व बहुआयामी होते ज्यामुळे जगातील नवनवीन गोष्टी ते मोठ्या आवडीने स्वीकारत असत. विद्यार्थीदशेतच त्यांनी संशोधनात्मक लेख लिहिण्यास आणि प्रसिद्ध जर्नल्समध्ये पाठवण्यास सुरूवात केली होती.

मद्रासच्या प्रेसिडेन्सी कॉलेजमध्ये ते बी. ए. ऑनर्सचे विद्यार्थी असतानाच ते खूप प्रसिद्ध झाले होते. तोपर्यंत त्यांचे अनेक लेख अनेक नामांकित जर्नल्समध्ये प्रसिद्ध झाले होते. या हुशार विद्यार्थ्याचे समर्पण आणि प्रतिभा पाहून त्याचे सहकारी विद्यार्थीच नव्हे तर शिक्षकही प्रभावित झाले. सुब्रह्मण्यन चंद्रशेखर १९३७ मध्ये अभ्यास आणि कामाच्या संदर्भात अमेरिकेला गेले, तेव्हा प्रसिद्ध खगोलशास्त्रज्ञ म्हणून त्यांची कीर्ती तिथेही पोहोचली होती. त्यामुळे अभ्यास आणि कामाच्या संधी त्यांच्यासमोर येत राहिल्या आणि सुब्रह्मण्यन चंद्रशेखर यांनी स्वतःला त्यांच्या कामात पूर्णपणे बुडवून घेतले.

सुब्रह्मण्यन चंद्रशेखर यांचा खगोलशास्त्रातील सर्वात मोठा आणि आश्चर्यकारक शोध म्हणजे बटू ताऱ्यांच्या किंवा व्हाईट ड्वार्फ्सच्या आकारासंबंधीचा त्यांचा शोध, जो आज जगभरात 'चंद्रशेखर लिमिट' म्हणून ओळखला जातो. सुब्रह्मण्यन चंद्रशेखर यांनी त्यांच्या प्रदीर्घ संशोधनाबाबत सांगितले की अशा बटू ताऱ्यांचा आकार मर्यादेपेक्षा जास्त वाढू शकत नाही. कारण जर त्याचा आकार खूप मोठा असेल तर त्यामध्ये भयंकर स्फोट होतो, ज्यामुळे अतिरिक्त मटेरिअल वेगळे होते. मग तो एक अतिशय तेजस्वी, चमकणारा सुपरनोव्हा तारा बनतो, ज्याला 'सुपरनोव्हा' म्हणतात.

त्याचप्रमाणे अवकाशातील 'ब्लॅक होल्स'चे स्पष्टीकरण हा त्यांचा एक आश्चर्यकारक शोध आहे. अनेकांना त्याचे स्पष्टीकरण अविश्वसनीय वाटले की कृष्णविवर हे इतके मोठे खगोलशास्त्रीय शरीर आहे की त्यातील एक चमचा पदार्थ अनेक टन वजनाचा असतो. पण आज जवळपास सर्वच खगोलशास्त्रज्ञ त्यांचे म्हणणे मान्य करतात. उलट, सत्य हे आहे की सुब्रह्मण्यन चंद्रशेखर यांच्या या शोधांनी अंतराळाच्या अचूक शास्त्रीय व्याख्येमध्ये इतकी मोठी भूमिका बजावली आहे, ज्याची पूर्वी लोक कल्पनाही करू शकत नव्हते. २० व्या शतकाच्या उत्तरार्धात, अवकाशाशी संबंधित सर्व नवीन आणि युगप्रवर्तक शोधांच्या केंद्रस्थानी कुठेतरी सुब्रह्मण्यन चंद्रशेखर यांचा सिद्धांत किंवा त्यांनी लावलेले महत्त्वाचे शोध आहेत. त्यांचे अनेक शिष्यही त्यांचे कार्य पुढे नेण्यात गुंतलेले आहेत.

१९८३ मध्ये, वयाच्या ७३ व्या वर्षी, सुब्रह्मण्यन चंद्रशेखर यांना त्यांच्या भौतिकशास्त्रातील शोधांसाठी नोबेल पारितोषिक मिळाले, पण ते या आधीच जगप्रसिद्ध खगोलशास्त्रज्ञ म्हणून ओळखले जात होते. त्यांच्या अगोदर अनेक दशकांपूर्वी शिक्षण घेणाऱ्या व त्यांच्याकडून मार्गदर्शन घेणाऱ्या विद्यार्थ्यांना नोबेल पारितोषिक मिळाले होते. पण सुब्रह्मण्यन चंद्रशेखर यांनी त्याला महत्त्व दिले नव्हते. त्यांच्यासाठी काम

महत्त्वाचे होते आणि वयाच्या शेवटच्या टप्प्यापर्यंत ते त्यात मग्न राहिले. एवढे मोठे शास्त्रज्ञ असूनही त्यांचे जीवन अत्यंत साधे आणि सामान्य होते आणि त्यावर भारतीयत्वाचा खोल ठसा उमटला होता.

२१ ऑगस्ट १९९५ रोजी जगात भारताचा झेंडा फडकवणाऱ्या या महान शास्त्रज्ञाचे निधन झाले. सत्य हे आहे की सुब्रह्मण्यन चंद्रशेखर हे त्या वैज्ञानिकांपैकी एक आहेत, ज्यांनी आपल्या अथक परिश्रमाने आणि शोधांनी भारतीयांच्या प्रतिभेचे नाणे बनवून भारताचा गौरव केला.

४६.

डॉ. कैलिंपुदी राधाकृष्ण राव

एक सुप्रसिद्ध गणितज्ञ आणि सांख्यिकीशास्त्रज्ञ

(जन्म १९२०)

आधुनिक भारतातील संख्याशास्त्राच्या विकासात ज्या प्रतिभावान गणितज्ञ आणि शास्त्रज्ञाने मोठे योगदान दिले, त्यात प्रोफेसर प्रशांत महालानोबिस यांच्यानंतर डॉ. कैलिपंदी राधाकृष्ण राव यांचे नाव सर्वात महत्त्वाचे आहे. डॉ. राधाकृष्ण राव, डॉ. प्रशांत महालानोबिसच्या सर्वात सक्षम शिष्यांपैकी एक आहेत. हा केवळ योगायोग आहे की ते संख्याशास्त्रात काम करायला आले आणि त्यांनी आपले संपूर्ण आयुष्य त्यासाठी समर्पित केले. वास्तविक राधाकृष्ण सैन्यात भरती होण्यासाठी कोलकात्यात आले होते. पण येथील सांख्यिकी संस्था पाहून ते इतके प्रभावित झाले की त्यांनी सांख्यिकी क्षेत्रात काम करण्याचा निर्णय घेतला. मग ते त्यात इतके मग्न झाले की त्याने या क्षेत्रात एकानंतर एक महत्त्वाचे संशोधन केले, ज्यामुळे सगळीकडे खळबळ उडाली. जगातील सर्वोच्च सांख्यिकी अभ्यासकांमध्ये त्यांचे नाव घेतले जाते.

१० सप्टेंबर १९२० रोजी दक्षिण हदगली, कर्नाटक येथे जन्मलेले डॉ. कैलिंपुदी राधाकृष्ण राव हे लहानपणापासूनच अतिशय हुशार आणि मेहनती होते. विद्यार्थीदशेतच त्यांचे नाव सर्वदूर पसरले होते. आंध्र विद्यापीठातून गणित विषयात एम.एस.सी.ची परीक्षा उत्तीर्ण झाल्यावर ते कोलकात्यात आले. येथे त्यांनी भारतीय सांख्यिकी संस्थेत अभ्यास केला आणि अनेक महत्त्वाचे शोध लावले. संस्थेने त्यांना

केंब्रिज येथे पाठवले, जिथे त्यांनी त्यांचे महत्त्वाचे संशोधन कार्य केले आणि डी.एस.सी. पदवी मिळवली.

यानंतर डॉ. कलिमपुडी राधाकृष्ण राव हे दीर्घकाळ भारतीय सांख्यिकी संस्थेचे संचालक होते. त्यांचे अनेक शोधनिबंध आंतरराष्ट्रीय महत्त्वाच्या संशोधन जर्नल्समध्ये प्रकाशित झाले आहेत. आफ्रिकेतील गॅव्हिल मोया येथील आदिवासींच्या अभ्यासासंदर्भात ते केंब्रिजला गेले आणि त्यांचे गुरू प्रा. महालानोबिस यांनी शोधलेल्या पद्धतींच्या आधारे त्यांचा अभ्यास आणि संशोधन केले. कैलिंपुदी राधाकृष्ण राव मानतात की विज्ञानाच्या अत्याधुनिक संशोधनातही सांख्यिकी वापरणे शक्य आहे, जे संशोधन करण्यासाठी खूप मदत करू शकते. मात्र, विज्ञानाचे क्षेत्र गुंतागुंतीचे आहे, त्यामुळे आकडेवारीच्या वापराबाबत अधिक काळजी घेण्याची गरज आहे.

डॉ. राधाकृष्ण राव यांनी विज्ञान जगतात अतिशय गंभीर कार्य आणि संशोधन केले आहे. या कारणास्तव त्यांना १९६७ मध्ये रॉयल सोसायटीचे सदस्य बनवण्यात आले. पण गंमत अशी आहे की इतका गंभीर वैज्ञानिक अभ्यास करूनही ते अतिशय विनोदी आहेत आणि साहित्यातही ते रस घेताना दिसतात. त्यांनी अनेक सुंदर विडंबनात्मक लेख लिहिले आहेत, ज्यात त्यांची वैज्ञानिक आणि साहित्यिक प्रतिभा एकत्रितपणे पाहायला मिळते.

परदेशात राहून मोठ्या सुविधा मिळण्याऐवजी डॉ. कैलिपुंदी राधाकृष्ण राव आपल्या देशात राहून देश आणि देशवासीयांची सेवा करणे हे आपले ध्येय मानतात. आशा आहे की, ते त्यांच्या संशोधन कार्यातून नवीन पिढीला पुढील काही वर्षे काहीतरी कार्य करण्याची प्रेरणा देत राहतील.

४७.

एच. एन. सेठना

परमाणु कार्यक्रमों के सूत्रधार

(१९२३-२०१०)

आधुनिक भारताला वैज्ञानिक प्रगतीच्या मार्गावर नेणाऱ्या तल्लख आणि उत्साही शास्त्रज्ञांपैकी एच. एन. सेठना देखील आहेत. आपल्या विलक्षण बुद्धिमत्तेमुळे आणि सतत सक्रियतेमुळे त्यांनी भारताचे नाव जगाच्या नकाशावर आणले. सोबतच तरूण पिढीला वैज्ञानिक संशोधनासाठी नव्या जोमाने आणि उत्साहाने पुढे येण्याची प्रेरणा दिली.

२४ ऑगस्ट १९२३ रोजी जन्मलेले होमी नशेरवानजी सेठना हे बालपणापासूनच अत्यंत हुशार आणि संगीतप्रेमी होते. ज्ञान आणि विज्ञानाशी संबंधित पुस्तके वाचण्याची त्यांना आवड होती. त्यांची प्रतिभा आणि समर्पण पाहून शिक्षकही थक्क व्हायचे. ते मोठे झाल्यावर त्यांनी केमिकल इंजिनीअरिंग क्षेत्रात एम. ई. पदवासहीत अनेक महत्त्वाच्या पदव्या प्राप्त केल्या. परदेशात शिक्षण घेतल्यानंतरही त्यांच्या मनात देशसेवेची तळमळ होती. खरे ज्ञान किंवा विज्ञान हे देश आणि मानवतेच्या सेवेसाठी आहे, अशी त्यांची धारणा होती. भारतात आल्यानंतर डॉ. सेठना हे देशाच्या अणुऊर्जा कार्यक्रमाशी जोडल्या गेले. भारताचा पहिला अणुस्फोट १९७४ मध्ये राजस्थानमधील जैसलमेर जिल्ह्यातील पोखरण येथे झाला. ही वैज्ञानिक कामगिरी सेठना यांच्या नेतृत्वाखालीच पार पाडल्या गेली. त्यांनी पंतप्रधान इंदिरा गांधी यांना या प्रयोगाच्या यशाची माहिती प्रतिकात्मक वाक्यात पाठवली. ते संकेत वाक्य होते, 'बुद्ध येत आहे.'

सेठना यांनी हे प्रतिकात्मक वाक्य यामुळे निवडले की ते संपूर्ण जगाला भारताचा आण्विक कार्यक्रम हा शांतता प्रस्थापित करण्यासाठी आहे असा संदेश द्यायचा होता. जगातील शांतता नष्ट करण्यासाठी नाही. बुद्ध शांतता आणि अहिंसेचे महान उपदेशक होते. यातून भारताच्या अणुकार्यक्रमाचे ध्येय आणि दिशा अतिशय काव्यमय स्वरात स्पष्ट होते.

सेठना भारताच्या वैज्ञानिक प्रगती आणि संशोधनाच्या अनेक महत्त्वाच्या कार्यक्रमांशी जोडल्या गेले आहेत ज्यामुळे संपूर्ण जगात भारताचे नाव उंचावले. त्यांनी ट्रॉम्बे येथे प्लुटोनियम प्लांट उभारण्यात विशेष रस दाखवला. न्यूक्लियर एजन्सीच्या आंतरराष्ट्रीय वैज्ञानिक सल्लागार समितीचे सदस्य म्हणून त्यांची निवड झाली. ही त्यांच्यासाठी आणि भारतासाठी अभिमानाची बाब आहे. १९६० मध्ये त्यांना शांतीस्वरूप भटनागर पुरस्कार मिळाला आणि १९७५ मध्ये त्यांना पद्मविभूषणाने सन्मानित करण्यात आले.

५ सप्टेंबर २०१० रोजी या कष्टाळू आणि जिद्दी शास्त्रज्ञाचे निधन झाले. सेठना हे शेवटपर्यंत त्यांचे पूर्ववर्ती ज्येष्ठ शास्त्रज्ञ डॉ. भाभा आणि विक्रम साराभाईंची अपूर्ण कामे पूर्ण करण्यात व्यस्त राहिले. ही एक मोठी उपलब्धी आहे ज्याचा भारतातील लोकांना अभिमान आहे.

४८.

राजा रामण्णा

भारताच्या अणुशक्तीचा नायक

(१९२५-२००४)

आधुनिक युगात भारताला वैज्ञानिकदृष्ट्या समृद्ध आणि शक्तिशाली देश बनवण्यात ज्या शास्त्रज्ञांने अभूतपूर्व योगदान दिले आहे, त्यात राजा रामण्णा यांचही समावेश आहे. प्रख्यात शास्त्रज्ञ होमी जहांगीर भाभा यांच्याप्रमाणेच राजा रामण्णा यांनीही भारताच्या अणुकार्यक्रमाला गती आणि उंची दिली आणि भाभा यांचे कार्य खऱ्या अर्थाने पुढे नेले. अणुऊर्जासंपन्न झाल्याशिवाय भारत आपल्या विकास कार्यक्रमांना गती देऊ शकणार नाही किंवा जगाच्या नकाशावर एक शक्तिशाली देश म्हणून आपले अस्तित्व नोंदवू शकणार नाही हे त्यांना समजले. या अर्थाने राजा रामण्णा यांनी देशाच्या विकासासाठी जो मार्ग शोधला तो आज सर्वांनी स्वीकारला आहे.

२८ जानेवारी १९२५ रोजी कर्नाटकातील तुमकूर येथे जन्मलेले राजा रामण्णा लहानपणापासूनच अत्यंत गंभीर विद्यार्थी होते आणि त्यांना जास्तीत जास्त पुस्तके वाचण्याची आवड होती. मोठे झाल्यावर शास्त्रज्ञ बनून त्यांना देशाची सेवा करायची होती. संशोधनासाठी ते लंडनला गेले आणि तेथील विद्यापीठातून पीएच.डी. पदवी घेऊन परतले. भारतात परतल्यावर त्यांच्या कामाची दिशा जवळपास निश्चित झाली होती. भौतिकशास्त्राच्या क्षेत्रात अधिकाधिक काम करण्याची त्यांची इच्छा होती. सुरूवातीला ते टाटा इन्स्टिट्यूट ऑफ फंडामेंटल रिसर्चमध्ये प्राध्यापक झाले,

नंतर भाभा अणू ऊर्जा संशोधन केंद्रात भौतिकशास्त्र विभागाचे प्रमुख झाले. या तल्लख शास्त्रज्ञाची बुद्धिमत्ता, तळमळ आणि समर्पण पाहून भाभा खूप प्रभावित झाले. अणूबाबत ते करत असलेल्या कामात उत्तम मेहनती म्हणून राजा रामण्णा यांचीही साथ त्यांना मिळाली.

राजा रामण्णा यांना भाभांबद्दल खूप आदर होता आणि त्यांना त्यांच्यासाठी काही करण्याची संधी मिळाल्यास त्यांना समाधान वाटे. भाभाप्रमाणेच त्यांनाही वाटायचे की देशाला अणुऊर्जेने समृद्ध केल्याशिवाय या खंडाचा विकास शक्य नाही. कारण विकासकामांमध्ये अणुऊर्जेचा थेट आणि वेगाने वापर करणे शक्य आहे. भाभा यांनी अणुऊर्जेच्या क्षेत्रात नवनवीन संशोधन करून भारताला जगातील प्रमुख अणुशक्ती असलेल्या देशांमध्ये स्थान मिळवून दिले, त्यात राजा रामण्णा यांचेही पूर्ण सहकार्य होते.

१९६६ मध्ये जेव्हा भाभा यांचे विमान अपघातात निधन झाले तेव्हा संपूर्ण देश शोकसागरात बुडाला होता. साहजिकच भाभा यांच्या जाण्याने राजा रामण्णा यांनीही बरेच काही गमावले होते तसेच एक प्रमुख मार्गदर्शकही. पण ते खचले नाहीत, उलट भाभांची स्वप्ने पूर्ण करण्यातच आपले संपूर्ण आयुष्य घालवायचे त्याने ठरवले होते.

सत्य हे आहे की आज भारत हा अण्वस्त्रांनी संपन्न देश बनला आहे, तर त्यामागे राजा रामण्णा यांची तपश्चर्या आहे. त्यांनी पोखरणमध्ये केलेल्या अणुचाचणीमुळे संपूर्ण जगात भारताचा दबदबा निर्माण झाला. सोबतच प्रत्येक भारतीयाच्या चेहऱ्यावर एक आत्मविश्वास आला. कारण भारत आता वैज्ञानिकदृष्ट्या मागासलेला देश राहिला नव्हता. या अणुचाचणीचे वैशिष्ट्य म्हणजे ही चाचणी भूगर्भात करण्यात आली होती. राजा रामण्णा यांचे असे मत होते की गोळा बारूदचा वापर पर्वत खोदण्यासाठी, मोठ्या टाक्या, धरणे आणि कालवे बांधण्यासाठी केला जातो, अणुऊर्जेचा नव्हे. परंतु हे चांगले नाही, कारण अणुऊर्जेचा वापर खूपच स्वस्त आणि अधिक परिणामकारक असू शकतो. पण शास्त्रज्ञांना त्यात असुरक्षिततेसारखा धोका दिसत होता. अणुऊर्जेचे घातक परिणाम सहज नियंत्रित करता येतात हे राजा रामण्णा यांनी सततच्या प्रयोगातून सिद्ध केले. म्हणूनच सुरक्षित प्रकारचे आण्विक स्फोट वापरून आपण अनेक मोठ्या गोष्टी साध्य करू शकतो.

राजा रामण्णा यांचे संपूर्ण जीवन विज्ञानाचा विकास करण्याला समर्पित होते. एकीकडे ते आपल्या शोधातून देशाच्या आणि समाजाच्या प्रगतीची चिंता करत

राहिले, तर दुसरीकडे आपल्या संशोधन आणि प्रयोगांच्या कार्यात ते अधिकाधिक मग्न झाले. अणुक्षेत्रात त्यांनी असे अनेक शोध लावले, जे संपूर्ण जगाच्या शास्त्रज्ञांनी स्वीकारले आणि म्हणूनच जगातील प्रसिद्ध शास्त्रज्ञांमध्ये त्यांची चर्चा आहे. विशेषतः त्यांनी मांडलेला अणुविखंडन हा सिद्धांत आजही अतिशय उपयुक्त मानला जातो. राजा रामण्णा यांचा असा विश्वास होता की अणूचे जड केंद्रक फार तीव्र अणुविकिरण देऊन फुटते. त्याचा शोध अणुविखंडनाच्या दृष्टीने अत्यंत महत्त्वाचा मानला जातो.

या उत्साही आणि तेजस्वी शास्त्रज्ञाचे २४ सप्टेंबर २००४ रोजी मुंबईत निधन झाले. आज राजा रामण्णा आपल्यात नाहीत, पण त्यांनी भारताचे दूरदर्शी शास्त्रज्ञ भाभा यांची स्वप्ने पूर्ण केले आणि देशाला जगातील सर्वोच्च अणुऊर्जा देश बनवले आणि सतत विकासाचा मार्गही सुचवला. यामुळे आजही ते पुन्हा पुन्हा स्मरणात राहतात.

४९.

वेणू बप्पू

भारतातील प्रसिद्ध खगोलशास्त्रज्ञ

(१९२७-१९८२)

आधुनिक भारताच्या उभारणीसाठी आणि त्याला वैज्ञानिक प्रगतीच्या मार्गावर नेण्यासाठी अथक परिश्रम करणाऱ्या शास्त्रज्ञांमध्ये अद्भूत खगोलशास्त्रज्ञ वेणू बप्पू यांचे नाव सदैव अमर राहील. ते एक दूरदर्शी शास्त्रज्ञ होते ज्यांना खगोलशास्त्राचे महत्त्व आधीच कळले होते. जगात या दिशेने होत असलेल्या महत्त्वाच्या संशोधनांच्या मालिकेशी भारताला जोडून त्यांनी भारताला खगोलशास्त्रात केवळ प्रगतीच केली नाही, तर भारतीय शास्त्रज्ञांना या दिशेने वेगळ्या जाणिवेने आणि नव्या उत्साहाने काम करण्याची प्रेरणाही दिली. खगोलशास्त्राच्या क्षेत्रातील वेणू बाप्पूंचे हे शोध, ज्यांमुळे ते आज जगभर ओळखले जातात, ते नवीन भारत घडवण्याच्या स्वप्नातून किंवा आदर्शातून जन्माला आले आहेत.

१० ऑगस्ट १९२७ रोजी चेन्नई येथे जन्मलेले वेणू बप्पू लहानपणापासूनच अतिशय हुशार आणि जिज्ञासू होते. त्यांचे वडील निजाम हे हैदराबादच्या वेधशाळेत सहाय्यक म्हणून काम करायचे. वेणूबप्पू त्यांच्या वडिलांचे वेधशाळेबद्दलचे बोलणे केवळ आवडीनेच ऐकत नसत, तर बाहेरून या विषयावर व्याख्यान देण्यासाठी येणाऱ्यांचे बोलणे व विचारही ते अतिशय लक्षपूर्वक ऐकत असत. सुरूवातीच्या शिक्षणानंतर ते १९४९ मध्ये उच्च शिक्षणासाठी हार्वर्डला गेले. इथे त्यांची काही शास्त्रज्ञासोबत

त्यांची मैत्री झाली. काही दिवसांतच त्यांना एका धूमकेतूचा शोध लागला, त्यामुळे अनेक खगोलशास्त्रज्ञांचे लक्ष त्याच्याकडे गेले. त्यांनी शोधलेल्या ताऱ्याला बप्पू आणि त्यांच्या साथीदाराचे नाव देण्यात आले. या धूमकेतू ताऱ्याचे नाव बप्पू-बोक-न्यूकर्क असे पडले.

यानंतर वेणू बप्पूंची खगोलशास्त्रातील आवड आणखी वाढली. ते पालोमर वेधशाळेत सामील झाले. येथे आणखी एक खगोलशास्त्रज्ञ कॉलिन सी. विल्सन यांच्यासोबत मिळून त्यांनी एक नवीन शोध लावला, जो आज संपूर्ण जगात बप्पू-विल्सन तत्त्व म्हणून ओळखला जातो. या सिद्धांतावरून असे दिसून आले की ताऱ्यांची चमक त्यांच्या इतर अनेक वैशिष्ट्यांशी थेट संबंधित आहे. हा एक महत्त्वाचा शोध होता, ज्यामुळे अवकाश संशोधनात खूप मदत झाली. ताऱ्यांची चमक आणि अंतर शोधण्यासाठी हे तत्त्व आजही जगभर वापरले जाते.

आतापर्यंत वेणू बाप्पूंचे नाव दूरदूर पसरले होते, पण त्यांनी भारतात यायचे ठरवले होते. त्यांनी ठरवले असते तर परदेशात त्यांना एकापेक्षा एक पदे मिळवता आली असती, पण वेणू बप्पांच्या मनात खगोलशास्त्राच्या क्षेत्रात भारताची प्रगती झाली पाहिजे याची तळमळ होती. जगाच्या नवीन शोधांशी जोडून पुढे काम करण्याची आव्हाने स्वीकारावीत. पण भारतात आल्यानंतर वेणू बप्पूंची निराशा झाली. त्यांच्या कामात कोणी रस घेतला नाही. इतकेच नाही तर त्यांना साधारण नोकरीही कोणी देऊ केली नाही. असे असूनही, वेणू बप्पूने परदेशात परतण्याऐवजी भारतातच राहून संघर्ष करण्याचे ठरवले, कितीही अडचणी आल्या तरी !

काही काळानंतर त्यांना उत्तर प्रदेशच्या राज्य वेधशाळेत नोकरी मिळाली. नैनितालजवळ मनोरा शिखरावर सुंदर वेधशाळा उभारून त्यांनी अनेकांचे लक्ष वेधून घेतले. त्यानंतर त्यांनी चेन्नईतील कोडाईकनाल येथे एक शक्तिशाली दुर्बीण बसवली. कोडाईकनाल वेधशाळेचे संचालक म्हणून त्यांनी देशात खगोलशास्त्राच्या क्षेत्रात आवड निर्माण करण्यात कोणतीही कसर सोडली नाही. परंतु हे ठिकाण जगातील सर्वात मोठे खगोलशास्त्रीय केंद्र म्हणून ओळखले जावे यासाठी कवलूरमध्ये एक अतिशय मोठी आणि शक्तिशाली दुर्बीण उभारण्याची योजना हे त्यांचे सर्वात मोठे स्वप्न होते. १९८६ मध्ये त्यांचे स्वप्न पूर्ण झाले, जेव्हा या वेधशाळेतून सुंदर धूमकेतू हेली पाहून त्यांच्या संदर्भात महत्त्वाच्या गोष्टी आणि गुणांचा अभ्यास करण्यात आला. या शक्तिशाली दुर्बिणीतून हॅली या सुंदर धूमकेतूचे वैभव पाहणे हा एक अनोखा अनुभव होता.

पण दुर्देव, स्वतः वेणू बप्पूला त्यांचे स्वप्न पूर्ण होताना पाहू शकले नाहीत. शक्तिशाली दुर्बिणीची स्थापना होण्याच्या सुमारे चार वर्षांपूर्वी १९ ऑगस्ट १९८२ रोजी त्यांचे निधन झाले. पण भारताला खगोलशास्त्राच्या क्षेत्रात प्रगत आणि बलाढ्य देश बनवण्याचे त्यांनी पाहिलेले स्वप्न आजही आपल्या डोळयांत तसेच चमकत आहे आणि ते पूर्ण करण्यासाठी अनेक तरूण शास्त्रज्ञ प्रयत्नशील आहेत.

या संदर्भात, वेणू बप्पूंनी भारतात बांधलेल्या वेधशाळा केवळ वेधशाळा नाहीत, तर त्या अशा तीर्थक्षेत्रे आणि विज्ञानाची मंदिरे आहेत, जी नेहमी पुढच्या दिशेकडे निर्देश करतात आणि आपली पावले खचू देत नाहीत.

५०.

डॉ. ए. पी. जे. अब्दुल कलाम

जगप्रसिद्ध मिसाईल मॅन

(जन्म १९३१)

आधुनिक आणि प्रतिभावान शास्त्रज्ञांपैकी डॉ. ए. पी. जे. अब्दुल कलाम यांचे नावही मोठ्या आदराने घेतले जाते. मिसाइल मॅन म्हणून ओळखले जाणारे डॉ. अब्दुल कलाम यांचा केवळ भारताच्या उपग्रह प्रक्षेपणाशीच संबंध नव्हता, तर १९९४ मध्ये प्रायोगिक अणुस्फोटही त्यांच्या सक्षम मार्गदर्शनाखाली पूर्ण झाला. कलाम यांचे पूर्ण नाव अवुल पकीर जैनुलब्दीन अब्दुल कलाम आहे. त्याच्या नावात असणारे अवुल हे त्यांच्या आजोबांचे नाव आहे. पकीर आजोबांचे तर जैनुलाब्दीन त्याच्या वडिलांचे नाव समाविष्ट आहे. ए. पी. जे. अब्दुल कलाम हे केवळ भारतातील अव्वल शास्त्रज्ञच नाहीत, तर भारताला वैज्ञानिक विकासाच्या मार्गावर नेणारे एक सक्षम मार्गदर्शक आहेत. त्यामुळेच त्यांची भारताच्या राष्ट्रपतीपदी निवड झाली. आजही संपूर्ण जनता त्यांच्यावर मनापासून प्रेम करते आणि त्यांच्या बोलण्यातून प्रेरणा घेते.

१५ ऑक्टोबर १९३१ रोजी तामिळनाडूच्या रामेश्वरम शहरातील एका मध्यमवर्गीय तमिळ कुटुंबात जन्मलेले डॉ. अब्दुल कलाम लहानपणापासूनच अत्यंत संयमी, धीर-गंभीर स्वभावाचे आणि सतत विचार करीत असत. कलाम यांचे आई-वडील शिक्षित नव्हते, पण ते सरळ आणि हुशार होते आणि घरात साधे सांस्कृतिक वातावरण होते. कलाम यांचे वडील जैनुलाब्दीन हे नाविक होते. पुढे त्यांनी लाकडी

होड्या बनवण्याची कला आत्मसात केली आणि तेच काम करायला सुरूवात केली. कलाम यांचे सुरूवातीचे शिक्षण रामेश्वरम पंचायती शाळेत झाले, जिथे त्यांचे अनेक हिंदू मित्र होते. सर्वजण एकमेकांसोबत इतक्या प्रेमाने राहत होते की कुठेही भेदभाव दिसत नव्हता. कलाम हे अभ्यासात इतरांपेक्षा हुशार होते. घरातील अत्यंत कठीण परिस्थितीत त्यांनी श्वाट्झ हायस्कूलमधून हायस्कूल आणि तिरुचिरापल्ली येथील सेंट जोसेफ कॉलेजमधून इंटरमिजिएट उत्तीर्ण केले. त्याचवेळी कलाम यांच्या मनात रॉकेटबद्दल जाणून घेण्याची उत्सुकता निर्माण झाली. भविष्यात त्यांना क्षेपणास्त्रे आणि विमानांचे तंत्रज्ञान जवळून जाणून घ्यायचे होते. मद्रास इन्स्टिट्यूट ऑफ टेक्नॉलॉजीमधून त्यांनी एरोनॉटिकल इंजिनिअरिंगची परीक्षा उत्तीर्ण केली. तथापि, आर्थिक अडचणी अशा होत्या की त्यांची बहीण जोहरा हिने तिचे दागिने गहाण ठेवून त्यांना मदत केली. तेव्हा कलाम त्यांचे शिक्षण पूर्ण करू शकले.

शिक्षण पूर्ण केल्यानंतर डॉ. कलाम यांची हैदराबादच्या संरक्षण संशोधन आणि विकास संस्थेत वरिष्ठ वैज्ञानिक सहाय्यक पदावर नियुक्ती करण्यात आली. काही काळानतर, त्यांची भारतीय अंतराळ संशोधन समितीमध्ये रॉकेट अभियंता पदावर निवड झाली. या पदावर कार्यरत असतानाच त्यांनी रॉकेट लॉन्चिंग सेंटर, थुंबा या संस्थेची स्थापना केली. येथूनच रोहिणी-७५ चे यशस्वी प्रक्षेपण करण्यात आले. डॉ. विक्रम साराभाईंची दमदार साथ डॉ. कलाम यांना नेहमीच पुढे जाण्यासाठी प्रेरणादायी ठरली. साराभाईंच्या मृत्यूनंतर कलाम यांनी त्यांचे अधुरे स्वप्न पूर्ण करण्याची जबाबदारी स्वतःवर घेतली. थुंबा कॉम्प्लेक्सला आता 'विक्रम साराभाई स्पेस सेंटर' असे नाव देण्यात आले आहे. येथून डॉ. कलाम यांच्या नेतृत्वाखाली जेव्हा एस. एल. व्ही-३ ने यशस्वी उड्डाण केले तेव्हा पंतप्रधान श्रीमती इंदिरा गांधी यांनी स्वतः अभिनंदनाचा संदेश पाठवून डॉ. कलामांना भेटायला बोलावले होते.

यानंतर कलाम यांना हैदराबाद येथील संरक्षण संशोधन आणि विकास प्रयोगशाळेचे संचालक करण्यात आले. येथून पूर्णपणे भारतीय 'डेव्हिल' क्षेपणास्त्र डागण्यात आले. त्यानंतर एकामागून एक अनेक क्षेपणास्त्रे यशस्वीरीत्या प्रक्षेपित करण्यात आली, ज्याने संपूर्ण जगाला भारत एक सक्षम आणि शक्तिशाली देश असल्याचा संदेश दिला. सेवानिवृत्तीनंतरही कलाम हे हैदराबादच्या संशोधन आणि विकास संस्थेचे अध्यक्ष होते. त्याचवेळी त्यांच्या नेतृत्वाखाली पोखरणमध्ये अणुस्फोट झाला, त्यामुळे सर्वत्र आनंदाची लाट उसळली.

यानंतर डॉ. कलाम संरक्षण मंत्रालयात वैज्ञानिक सल्लागार बनले आणि अखेरीस संपूर्ण राष्ट्राच्या इच्छेचा आदर करून त्यांची भारताचे राष्ट्रपती म्हणून निवड झाली.

अशा तल्लख शास्त्रज्ञाची देशाच्या राष्ट्रपतीपदी निवड होण्याची ही पहिलीच वेळ होती. याद्वारे संपूर्ण जगाला हा संदेश दिला की भारत आता पूर्वीसारखा मागासलेला देश नाही, तर वैज्ञानिक प्रगतीसाठी सज्ज झालेला देश बनला आहे. एकविसाव्या शतकात शिखर गाठण्यासाठी देश उत्सुक आहे.

डॉ. कलाम हे अशा शास्त्रज्ञांपैकी आहेत जे केवळ त्यांच्या संशोधन कार्याद्वारेच नव्हे तर त्यांच्या व्यक्तिमत्त्वाद्वारे राष्ट्र आणि मानवतेवर प्रभाव टाकतात. भारतभर वैज्ञानिक प्रगतीची मशाल पेटवून त्यांनी देशाला नवा मार्ग दाखवला. यासाठी येणाऱ्या पिढ्या त्यांचे सदैव ऋणी राहतील.

५१.

डॉ. जयंत विष्णू नारळीकर

आधुनिक भारताचे जगप्रसिद्ध खगोलशास्त्रज्ञ

(१९३८)

आधुनिक भारतीय शास्त्रज्ञांमध्ये, प्रसिद्ध खगोलशास्त्रज्ञ आणि अणुभौतिकशास्त्रज्ञ डॉ. जयंत विष्णू नारळीकर यांच्या नावाचेही वेगळेपण आहे. एकीकडे डॉ. नारळीकर त्यांच्या अंतराळाशी संबंधित विशेष अभ्यास आणि स्थापनेसाठी ओळखले जातात, तर दुसरीकडे डॉ. एक अणुभौतिकशास्त्रज्ञ या नात्याने त्यांनी भारताच्या अणुकार्यक्रमाला प्रगतीपथावर नेण्याचे उल्लेखनीय कार्य केले आहे. या संदर्भात ज्ञान आणि विज्ञानाच्या क्षेत्रात भारताला आंतरराष्ट्रीय कीर्ती मिळवून देणाऱ्या आधुनिक शास्त्रज्ञांमध्ये त्यांचे नाव मोठ्या आदराने घेतले जाते.

१९ जुलै १९३८ रोजी कोल्हापूर येथे जन्मलेल्या जयंत विष्णू नारळीकर यांना बालपणापासूनच घरात वाचन आणि लेखनाचे वैचारिक आणि सांस्कृतिक वातावरण मिळाले. त्यांचे वडील विष्णू वासुदेव नारळीकर हे प्रसिद्ध गणितज्ञ असण्यासोबतच बनारस हिंदू विद्यापीठाचे कुलगुरूही राहिले आहेत. त्यांचे प्राथमिक शिक्षण कोल्हापुरात झाले. उच्च शिक्षणासाठी ते बनारसला गेले. नंतर संशोधनाच्या संदर्भात केंब्रिजला गेले, केंब्रिजमध्ये जगप्रसिद्ध खगोलशास्त्रज्ञ प्रा. फ्रेड हॉयल यांच्या मार्गदर्शनाखाली त्यांनी संशोधन कार्य केले. यामुळे त्यांची प्रसिद्धी खगोलशास्त्रज्ञ आणि ज्योतिषी म्हणून जगभर पसरली. केंब्रिज विद्यापीठाने डॉ. ॲडमच्या स्मरणार्थ दिल्या जाणारा पुरस्कार डॉ. नारळीकर यांना देऊन त्यांची कीर्ती वाढवली.

या ठिकाणी अवकाश आणि ताऱ्यांची रचना आणि विश्वाच्या जन्माबाबत डॉ. नारळीकरांनी त्यांची मते मांडल्यावर प्रसिद्ध खगोलशास्त्रज्ञ आश्चर्यचकित झाले. त्यांचा असा विश्वास आहे की विश्वाच्या उत्पत्तीच्या दोन भिन्न व्याख्या आहेत. पण बघितले तर त्या फारशा वेगळ्या नाहीत आणि कुठेतरी एकमेकांना भेटत असाव्यात. यासंदर्भात त्यांनी लिहिलेल्या 'विज्ञान, मानव आणि विश्व' या पुस्तकाला आंतरराष्ट्रीय कीर्ती मिळाली आहे.

परदेशात अवकाश आणि नक्षत्रांवर दीर्घकाळ संशोधन करून जयंत भारतात परतले तेव्हा त्यांची टाटा मूलभूत संशोधन संस्थेत प्राध्यापक म्हणून नियुक्ती झाली. पण त्यांचे संशोधन इथेही सुरू राहिले. त्यांच्या आंतरराष्ट्रीय संशोधनासाठी त्यांना वेणू बप्पू मेमोरियल पुरस्कारासह देश-विदेशातील अनेक प्रतिष्ठित पुरस्कार मिळाले आहेत. पण जयंत नारळीकरांना थोडाही गर्व झाला नाही. त्याहूनही अधिक साधेपणाने ते त्यांच्या कामात गुंतले.

येथे त्यांनी अनोख्या विज्ञान कथा आणि वैज्ञानिक कादंबऱ्या लिहून आपले वेगळे कौशल्य दाखवले आहे. त्यांच्या वैज्ञानिक कादंबऱ्यांपैकी 'एक्स्प्लोजन इन स्पेस' आणि 'व्हायरस' खूप प्रसिद्ध आहेत. यामध्ये येणाऱ्या काळात विज्ञानाशिवाय जगण्याच्या विचित्र कल्पना आहेत, ज्या वाचून मन शहारून जातं. या कादंबऱ्यांमध्ये डॉ. जयंत कुठेतरी आपल्याला विज्ञानावर मानवाच्या अति अवलंबित्वाच्या धोक्याची जाणीव करून देत आहेत. आपली दैनंदिन कामे सहजतेने करण्यासाठी आपण विज्ञानाची मदत घेतली तर चांगलेच आहे, पण विज्ञान आणि तंत्रज्ञान हे मानवासाठी एक प्रकारची गुलामगिरी आणि अवलंबित बनले आणि अपंगासारखे जगावे लागले तर, हे कोणत्याही अंगाने ठीक असणार नाही. डॉ. नारळीकरांच्या या कादंबऱ्या आपल्याला या धोक्याबद्दल सावध करतात.

डॉ. नारळीकरांची अशीच एक दुसरी प्रसिद्ध विज्ञान कल्पनारम्य कादंबरी आहे 'आगंतूक'. तिच्या अनोख्या संकल्पनांमुळे ती खूप लोकप्रिय झाली आहे. अगदी अशीच त्यांची प्रसिद्ध पुस्तकापैकी 'धूमकेतू' आणि 'इंट्रोडक्शन टू कॉस्मॉलॉजी' या प्रसिद्ध पुस्तकांचा पुन्हा पुन्हा उल्लेख करण्यात येतो. डॉ. नारळीकर यांना काही काळापूर्वी बिर्ला खगोलशास्त्र आणि तारांगण संस्थेचा पुरस्कार मिळाला आहे. आजकाल ते रंजक लिखाणातून विज्ञानाला सर्वसामान्यांमध्ये लोकप्रिय करण्याचे आणि तरूण पिढीमध्ये विज्ञानाची आवड निर्माण करण्याचे काम करत आहेत.

डॉ. नारळीकर, त्यांच्या अत्यंत व्यस्त वेळापत्रकातही, त्यांच्या सखोल अभ्यासात आणि संशोधन कार्यात रमलेले दिसतात. खगोलशास्त्रातील त्यांच्या मूलभूत संकल्पानमुळे त्यांना आंतरराष्ट्रीय कीर्ती मिळाली आहे. निःसंशयपणे, या साध्या आणि उत्साही शास्त्रज्ञाने येणाऱ्या पिढ्यांसाठी एक मोठा आदर्श ठेवला आहे.

■■■